தி்க்...தி்க்... தி்லகா!

ராஜேஷ்குமார்

திக்...திக்... திலகா!
ராஜேஷ்குமார்

முதல் பதிப்பு : ஜூன் 2022

RK பப்ளிஷிங்,
23, யமுனா தெரு, க்யூரியோ கார்டன் அவென்யூ,
வடவள்ளி, கோயம்புத்தூர் - 641 046

விலை : ₹ 260/-

நூல் வடிவமைப்பு : மு.க.ரவிசந்திரஹாசன்

Thik Thik Thilaka
Rajeshkumar

@ Copyright Rajeshkumar

First Edition : June 2022

Published by : RK Publishing,
23, Yamuna Street, Curio Garden Avenue,
Vadavalli, Coimbatore 641 046.
Phone : 89251 16783
email : rkpublishing41@gmail.com
www.rajeshkumarnovels.com

Price : ₹ 260/-

இந்த நாவல்
ராணி வார இதழில் 2000ஆம் ஆண்டு
தொடர்கதையாக வெளிவந்தது.

வாசகர்கள் மத்தியில்
வெகுவாக வரவேற்பு பெற்ற கதை.

இதோ உங்களுக்காக....

1

"**ய**முனா...!"

சந்தியாவின் குரல் கேட்டு, நிலைக்கண்ணாடி முன் நின்று, நெற்றிக்கு ஸ்டிக்கர் பொட்டை ஒட்டிக்கொண்டிருந்த இருபத்திமூன்று வயது நிரம்பிய ஐம்பது கிலோ வெனிலா ஐஸ்கிரீம் திரும்பிப் பார்த்தது.

"என்ன சந்தியா...?"

"நீ எத்தனை மணிக்கு வெளியே கிளம்புவே...?"

"இப்ப மணி ஒம்பது... இன்னும் ஒரு பத்து நிமிஷத்துக்குள்ள கிளம்பிடுவேன்... ஏன்...?"

"உன் ஸ்கூட்டர்ல எனக்கு லிப்ட் வேணும்... இனிமே பஸ் ஸ்டாண்டுக்குப் போய் சேர்றதுக்குள்ள பதினோரு மணி ஆயிடும். ஆபீஸ்க்கு லேட்டாப்போனா அந்த சுடுதண்ணி மேனேஜர்கிட்டே பேச்சு வாங்க முடியாது.. லிஃப்ட் தர்றியா...?"

"தாராளமா...! ஆனா நீ பத்து நிமிஷத்துக்குள்ளே ரெடியாயிடணும்..."

"ஆயிடுவேன்..! ஆமா, இன்னிக்கு உனக்கு எங்கே சூட்டிங்...?"

"அடையாறு பங்களால...."

"என்ன விளம்பரப்படம்...?"

"மாலா மசாலா..."

"புதுக்கம்பெனி போலிருக்கு...!"

"ஆமா.. ஒரு மணிநேர சூட்டிங்தான். பதினோரு மணிக்குள்ள திரும்பிடுவேன். 'மாலா மசாலா சாம்பார் தூள் இருந்தால் அங்கே மாமியார் மருமகள் சண்டை யில்லை. கணவருக்கு தலையணை மந்திரமும் தேவையில்லை!' இந்த ஒரு வரியை கொஞ்சலாய் கேமிரா முன்னாடி பேசிட்டு, பணத்தை வாங்கிட்டு வந்துடவேண்டியது தான்..."

"பணத்தை ஒழுங்கா கொடுத்துடுறாங்களா..?"

"எங்கே தர்றாங்க! பாதியை இப்ப கொடுப்பாங்க. மீதியை அப்புறம் தர்றேன்னு சொல்லுவாங்க... அது கைக்கு வந்தாத்தான் நிச்சயம். ம்.. நீ கிளம்பு சந்தியா.."

"இதோ! சேலையை மாத்திகிட்டு வந்துடுறேன்..."

சந்தியா சொல்லிக்கொண்டே நகர முயன்ற விநாடி, வாசலிலிருந்து காலிங்பெல் சத்தம் கேட்டது.

யமுனா கண்ணாடியிலிருந்து விலகி 'யாராக இருக்கும்' என்ற யோசனையோடு கதவை நோக்கிப்போய், தாழ்ப்பாளை விலக்கினாள்.

வெளியே தோளில் ஒரு நீளமான துணிப்பையை மாட்டிக்கொண்டு இளைஞன் ஒருவன் நின்றிருந்தான். சந்தனநிற கதர் ஜிப்பா. கண்களில் கண்ணாடி. மழிக்காத மோவாய்.

யமுனா ஒரு குழப்பப் பார்வையோடு அவனை ஏறிட்டாள்.

"எஸ்..! யார் வேணும்..?"

"என்னோட பேரு வந்தியத்தேவன். 'சுடரொளி' பத்திரிகை நிருபர்.. இங்கே விளம்பரப் படங்களில் நடிக்கிற யமுனாங்கிறது...?"

"நான்தான்..."

"நீங்க அழகாய் இருக்கும்போதே நினைச்சேன்...!"

"என்ன விஷயம்...?"

"உங்ககிட்டே ஒரு பேட்டி...!"

"பேட்டியா.. எதுக்கு பேட்டி..?"

"சொன்னா கோபிச்சுக்க மாட்டிங்களே...?"

"இல்லை! சொல்லுங்க.."

அந்த இளைஞன் வந்தியத்தேவன் சில விநாடிகள் தயங்கிவிட்டு, பிறகு மெல்லிய குரலில் தொடர்ந்தான்.

"இன்னிக்கு விலைமாதர் தினம். 'பாலியல் தொழில் ஒரு பொதுச்சேவையைப் போன்றது'னு விலைமாதர்கள் சங்கத் தலைவி சொல்லியிருக்காங்க... அதைப்பற்றி நீங்க என்ன சொல்றீங்க... மிஸ் யமுனா...?"

யமுனா லேசாய் சிவந்தாள். தன் இடக்கை ஆட்காட்டி விரலை கோபமாய் உயர்த்தினாள்.

"நான்ஸென்ஸ்...! இந்தக் கேள்வியை என்கிட்டே எதுக்காக கேட்கறீங்க...?"

வந்தியத்தேவன் புன்னகைத்தான்.

"என்னங்க இது...! உங்ககிட்ட இந்தக் கேள்வியைக் கேட்காமே வேற யார்கிட்டே கேட்க முடியும்...? போன வருஷம் மும்பை விபச்சார விடுதியில தமிழ்நாடு

போலீஸார் அதிரடியா நுழைஞ்சு, மீட்டுக்கிட்டு வந்த பதினெட்டு பெண்களில் நீங்களும் ஒருத்தர் இல்லையா...! போலீஸ் ஸ்டேஷனுக்குப் போய் விபரம் கேட்டுட்டுத்தான் வர்றேன்...!"

யமுனாவின் உடம்பில் இருந்த மொத்த ரத்தமும் அவளுடைய முகத்துக்குப் பாய்ந்தது. வெடித்தாள்.

அவளிடம் மரியாதை காணாமல் போயிற்று.

"இதோ பார்....! நான் மும்பை விபச்சார விடுதியில மாட்டிகிட்ட, ஒரு மணி நேரத்துக்குள் போலீஸ் என்னை விட்டுட்டாங்க. நான் ஒண்ணும் தொழில்காரி கிடையாது. உன் சாக்கடைக் கேள்வியை வேற யார்கிட்டேயாவது போய்க் கேளு..."

வாத்தியத்தேவன் கண்களிலும் இப்போது கோபம் பரவியது. கிண்டலான குரலில் கேட்டான்.

"அப்படீன்னா... அந்த ஒரு மணி நேரம் மும்பை விபசார விடுதியில் இருந்தப்ப, எவனுமே உன்னை தொடலைன்னு சொல்ல வர்றியா...? வீட்டுல பூ இருந்தா எடுத்துக்கொடு... ரெண்டு காதிலேயும் வெச்சுக்கிறேன்...! ஒரு மணி நேரத்துக்குள் உன் உடம்பை எத்தனை பேர் தொட்டாங்கன்னு அந்த விடுதி தலைவிகிட்டே கேட்டாத்தானே தெரியும்...?"

"அங்கே ஏன்டா போறே...? என்கிட்ட கேளு. நான் சரியா சொல்றேன்..." பின்பக்கம் எழுந்த கோபமான குரல் கேட்டு, நிருபர் வந்தியத்தேவன் திரும்பினான்.

அந்த இளைஞன் பார்வைக்கு கிடைத்தான்.

நல்ல உயரம். மினுமினுப்பான கோதுமை நிறம்.

கண்களில் மெலிதான குளிர் கண்ணாடி அணிந்து

ஒரு சினிமா கதாநாயகனுக்குரிய தோற்றம் காட்டினான். அவனைப் பார்த்ததும், யமுனா வெடிக்கிற அழுகையோடு வேகமாய்ப் போனாள்.

"இந்த ஆள் பேசுறதைப் பார்த்தீங்களா திவாகர்....? இன்னிக்கு விலைமாதர் தினமாம். பேட்டி எடுக்க என்கிட்டே வந்திருக்கார்...!"

"எல்லாத்தையும் கேட்டுக்கிட்டுத்தான் இருந்தேன் யமுனா...! ஏன்டா... ஒரு பொண்ணு தன் பழைய கசப்பான வாழ்க்கையை மறந்துட்டு, புது வாழ்க்கை வாழ்ந்துட்டிருக்கும்போது, பழையதை மறுபடியும் கிளறிப் பார்த்து சந்தோஷ்ப்பட வந்தியா...?"

வந்தியத்தேவன் மிரண்டுபோய் பின்வாங்கினான்.

"சார்...! நான் கேட்ட கேள்வியை யமுனாதான் தப்பா புரிஞ்சுகிட்டு என்னை மரியாதையில்லாம பேசினாங்க.. அதனால்தான் நானும் கோபப்பட்டு அதுமாதிரி பேச வேண்டியதாயிடுச்சு..."

திவாகர் கோபமாய் வந்தியத்தேவனின் ஜிப்பா காலரை எட்டிப் பிடித்தான்.

"ஏன்டா...! கேள்வியை தப்பா கேட்டுட்டு யமுனா மேல தப்பு சொல்றியா..? இந்த சென்னையில விலைமாதர் தினத்தைக் கொண்டாட உனக்கு வேற இடமே கிடைக்கலையா?" பேசிக் கொண்டே எதிர்பாராத ஒரு விநாடியில் திவாகர், வந்தியத்தேவனின் கன்னத்தில் பளீரென்று அறைந்தான்.

அடியின் வேகத்தைத் தாங்கிக் கொள்ளமாட்டாமல் வந்தியத்தேவன் அப்படியே சுருண்டு குப்பையாய் கீழே விழுந்தான்.

விழுந்தவனை காலால் எட்டி உதைக்க

முயல, யமுனா ஓடிவந்து திவாகரின் கையைப் பற்றிக்கொண்டாள்.

"வேண்டாம் திவாகர்...! அந்த ஆளை ஒண்ணும் பண்ணிடாதீங்க.. விட்டுடுங்க...பிரச்சனை ஆயிடப்போகுது "

திவாகர் கோபம் தணியாமல் கத்தினான்.

"இன்னொருவாட்டி உன்னை இந்தப் பக்கம் பார்த்தேன்.. என்ன பண்ணுவேன்னு எனக்கே தெரியாது. போடா.. வெளியே! கேள்வி கேட்க வந்துட்டான் பெரிசா...!"

வந்தியத்தேவன் உதட்டோரம் வழியும் ரத்தத்தோடு, தெறித்து கீழே விழுந்துகிடந்த தன் மூக்குக் கண்ணாடியை எடுத்துக்கொண்டு, தளர்ந்த நடையோடு வெளியேற, திவாகர் அவனுடைய முதுகில் குத்தினான்.

"டேய்.. இதையும் கேட்டுட்டு போ.. அடுத்த மாசம் ஏழாம் தேதி எனக்கும் யமுனாவுக்கும் வடபழனி கோயில்ல கல்யாணம்... முடிஞ்சா வந்துட்டு போ..."

வந்தியத்தேவன் ஒரு முறைப்போடு வெளியேறிப் போய்விட, திவாகர் யமுனாவிடம் திரும்பினான்.

"இந்த மாதிரியான ஆட்களையெல்லாம் ஏன் உள்ளே விடுறே யமுனா...? ஜன்னல் கதவைத் திறந்து பார்த்து, பதில் சொல்லி அனுப்ப வேண்டியதுதானே..?"

"நான் எங்கே உள்ள விட்டேன்...? கதவைத் திறந்ததுமே உள்ளே வந்துட்டான்..."

"ஒரு சந்தோஷமான விஷயம் உன்கிட்டே சொல்லலாம்னு பறந்தடிச்சு வந்தேன். எல்லாத்தையும் பாழ்பண்ணிட்டு போயிட்டான் அவன்...!"

"அதைவிடுங்க திவாகர்...! மொதல்ல இப்படி வந்து உட்காருங்க.. ஏதோ சந்தோஷமான விஷயம்னு சொன்னீங்களே! அது என்ன..?"

திவாகர் தன் வியர்த்த முகத்தை கைக்குட்டையால் துடைத்து, ஆசுவாசப்படுத்திக்கொண்டு மெல்ல பேச்சை ஆரம்பித்தான்.

"யமுனா! நீ இனிமே இந்த மசாலா பொடி பல்பொடி விளம்பரத்தில எல்லாம் நடிக்க வேண்டாம். சர்வதேச அளவில் இருக்கிற ஒரு கம்பெனி உன் ஆல்பத்தை பார்த்துட்டு, விளம்பரப் படங்கள்ள உன்னை நடிக்க வைக்க முடிவு பண்ணியிருக்காங்க...! அது சம்பந்தமா உன்கிட்டே பேசறதுக்காகவும், ஒப்பந்த பத்திரங்கள்ள கையெழுத்து வாங்குறதுக்காகவும் கம்பெனியில ஜி.எம். வந்து காத்திட்டிருக்கார்! உன்னைக் கூட்டிட்டு போறதுக்காகத்தான் நான் வந்தேன்.."

யமுனாவின் விழிகள் சந்தோஷத்தில் விரிந்தன.

"நிஜமாவா திவாகர்...!"

"நிஜமோ நிஜம்...! மல்டி மீடியா கம்பெனிக்கு நீ உன் ஆல்பத்தை அனுப்ப வேண்டாம்னு சொன்னே...! நான் நம்பிக்கையோட அனுப்பி வெச்சேன். அதுக்கு இப்போ கைமேல பலன் கிடைச்சிருக்கு. ஒப்பந்தப்பத்திரத்தை தயார் பண்ணிட்டு வந்துட்டாங்க. நீ அதுல கையெழுத்து போட்டதுமே, அவங்க நமக்கு கொடுக்கப்போற அட்வான்ஸ் எவ்வளவு தெரியுமா யமுனா..?"

"எவ்வளவு...?"

"பத்து லட்சம்..."

"அம்மாடி...!!"

"இதுக்கே அம்மாடின்னு சொன்னா எப்படி...?

அவங்க விற்பனை பண்ணுற ஒவ்வொரு பொருளுக்கும் நீதான் மாடலிங் பண்ணணும்...! எல்லாமே விலை உயர்ந்த பொருள்கள்! வைர நகை, ஏசி, கம்ப்யூட்டர், செல்போன், புதுரக கார்...! இனிமே நீ மசாலா பொடிக்கும் பல்பொடிக்கும் கேமராவைப் பார்த்து சிரிக்க வேண்டியது அவசியம் இல்லை... ம்... கிளம்பு! பத்தரை மணிக்குள்ள கையெழுத்து போட்டுட்டு வந்துடலாம். பத்தரைக்குமேல் எமகண்டம்..."

"திவாகர்! அது... வந்து..."

"என்ன யமுனா... தயக்கம்...?"

"இன்னிக்கு மாலா மசாலா விளம்பரப்படத்துக்கு கால்ஷீட் கொடுத்து இருக்கேன். போயிட்டு வந்துடுறேனே...?"

"இனிமே மாலாவும் வேண்டாம்.. லாலாவும் வேண்டாம்.. இந்த நிமிஷத்திலிருந்து நீ விளம்பரப்பட உலகின் ராணி...! அவங்களுக்கு வேணும்னா போன் பண்ணி, உடம்பு சரியில்லைன்னு சொல்லிடு..."

"பொய் சொல்லுறதா...?"

யமுனா தயங்க, அதுவரைக்கும் ஒன்றும் பேசாமல் ஓரமாய் நின்றிருந்த சந்தியா குரல் கொடுத்தாள்.

"யமுனா...! திவாகர் சொல்றதுதான் சரி.. மல்டி மீடியா கம்பெனியோடு ஒப்பந்தம் போடும்போது சின்னச்சின்ன கம்பெனிகளையெல்லாம் பொருட்படுத்தவே கூடாது. நீ கிளம்பு...! நான் ஆபீஸ்க்கு ஒரு கால்டாக்ஸி வெச்சுக்கிட்டு போயிடுறேன்..."

திவாகர் சிரித்தான்.

"உன் உயிர் தோழியே சொல்லியாச்சு...! அப்புறம்

என்ன கிளம்பு... சாயந்தரம் சந்தியாவுக்கு ஒரு நல்ல ஹோட்டலில் ட்ரீட் கொடுத்துடுவோம்..."

அண்ணா சாலையின் மையத்தில் இருந்தது, அந்த பன்னாட்டு விளம்பர நிறுவனம். ஐந்து மாடிகளும் குளிரூட்டப்பட்டு அது ஒரு குட்டி உதகமண்டலமாய் மாறி யிருந்தது.

திவாகரும், யமுனாவும் லிஃப்ட்டில் பயணித்து, மூன்றாவது மாடியிலிருந்த கம்பெனியின் ஜி.எம். அறைக்குள் நுழைந்தார்கள்.

"குட்மார்னிங் சார்.."

பதிலுக்கு வணக்கம் சொன்ன ஜி.எம். சந்திரசேகருக்கு ஐம்பது வயது இருக்கலாம். முடி கொட்டிப்போய் மண்டையில் வெளிச்சம் டாலடித்தது.

வெளிர் நீலநிற சஃபாரி உடையணிந்து, சுழல் நாற்காலியில் ஒரு அரைவட்டம் அடித்தார்.

யமுனாவை ஒரு புன்னகையோடு பார்த்துக்கொண்டே சொன்னார்.

"மிஸ் யமுனா..! எங்க கம்பெனியோட விளம்பர மாடலாய் இருக்க உங்களுக்கு சம்மதம்தானே..?"

"சம்மதம்தான் சார்...!"

"எங்க ஒப்பந்தத்தில் நீங்க கையெழுத்து போடுறதுக்கு முன்னாடி உங்களுக்கு சின்னதா ஒரு மெடிக்கல் ஸ்கிரீனிங். லேடி டாக்டர் ரெண்டாவது மாடியில் இருக்கார். போய்ப் பார்த்துடுங்க.." சொன்ன ஜி.எம். மேஜையின் மேலிருந்த இண்டர்காமை உசுப்பி யாரிடமோ பேச, அடுத்த சில விநாடிகளில் ஒரு பெண் உள்ளே வந்தாள்.

"சரளா..! இவங்க மிஸ் யமுனா, நம் கம்பெனியோட விளம்பர மாடலா தேர்ந்தெடுக்கப்பட்டு இருக்காங்க. டாக்டர் ராஜலட்சுமிகிட்டே இவங்களைக் கூட்டிட்டுப்போய் விடுங்க. சீக்கிரம் ரிசல்ட்ஸ் என் டெஸ்க்ல இருக்கணும்.."

"எஸ்... சார்.."

புன்னகையோடு தலையசைத்து சென்ற சரளா, யமுனாவை அழைத்துக்கொண்டு வெளியேறினாள்.

அவர்களுடைய தலைகள் மறைந்து, கதவு சாத்திக்கொண்டதும், திவாகர் தலையைச் சாய்த்து, சந்திரசேகரைப் பார்த்து கண் சிமிட்டினான்.

"எப்படி சார் இருக்கா..?"

"சூப்பர்..! என் வாழ்க்கையில பார்த்த ரொம்பவும் அழகான பெண்கள்ல இந்த யமுனாவும் ஒருத்தி...! போட்டோவுல பார்த்ததைக் காட்டிலும் நேரில் ரொம்ப அழகாய் இருக்கா..! ஆனா.."

"ஆனா.. என்ன சார்...?"

"அவளோட கண்கள்ல நூறு சதவீதம் பத்தினித்தனம் தெரியுது. நீலப்படங்களில் நடிக்க சம்மதிப்பான்னு எனக்குத் தோணலை..."

"எனக்கும் தோணலை சார்..." குரல் கொடுத்துக்கொண்டே பக்கவாட்டு அறைக்கதவை திறந்துகொண்டு உள்ளே வந்தான் வந்தியத்தேவன். உதட்டோரம் இன்னமும் வீக்கம் தெரிந்தது.

"சார்! நீங்களும், திவாகரும் சொல்லிக் கொடுத்தபடி நிருபர் மாதிரி அவ வீட்டுக்குப் போனேன். கற்பு விஷயத்துல அவ ரொம்பவும் உறுதி சார். மும்பை விபச்சார விடுதியிலிருந்து மீட்கப்பட்டதை ஒரு மைனஸ்

பாயிண்ட்டாகவே அவ எடுத்துக்கலை... திவாகர்கிட்டே நான் அடி வாங்கினதுதான் மிச்சம்...!”

திவாகர் இரண்டு பேரையும் பார்த்து புன்னகைத்தான்.

“யமுனா கற்பு விஷயத்தில் ஒரு கல்தான். இருந்தாலும் அந்த கல்லை எப்படி கனிய வைக்கிறதுங்கற வித்தை எனக்கு தெரியும்...!”

2

திவாகரை ஒரு நம்பாத பார்வை பார்த்தார் சந்திரசேகர்.

நிறுத்தி, நிதானமான குரலில் கேட்டார்.

"யமுனாவை நீலப்படத்தில் நடிக்க வைக்க உன்னால் முடியுமா, திவாகர்...?"

"முடியும்...!" என்றான் திவாகர்.

"எப்படி..?"

"உடனே அவசரப்பட்டா அது முடியாத காரியம். அவளுக்கு உங்க கம்பெனி மேல ஒரு நம்பிக்கை வரணும்ன்னா குறைந்தபட்சம் ஒரு மாச காலஅவகாசமாவது வேணும்.. இப்போ நானும், யமுனாவும் காதலர்களாய் இருக்கோம். அடுத்த ஏழாம் தேதி எனக்கும், அவளுக்கும் வடபழனி கோவில்ல கல்யாணம். கல்யாணத்துக்கு அப்புறம் யமுனா முழுக்கமுழுக்க என் கட்டுப்பாட்டுக்குள்ளதான் இருப்பா..! அந்த நேரத்துல அவளை நம்ம வழிக்கு கொண்டுவந்துட முடியும்..."

சந்திரசேகர் உதட்டைப்பிதுக்கி தன் தலையை ஆட்டினார்.

"ஸாரி திவாகர்...! ஒரு மாசம் வரை அவகாசம் கொடுக்க முடியாது. யமுனாவோட நீலப்பட கேஸட் ஒரு வாரத்துக்குள்ள தயாராகணும். பணத்தைப் பத்தி ஒரு பிரச்னையும் இல்லை. உங்களுக்கு அஞ்சு லட்ச ரூபாய் தற்றதாய் பேசியிருக்கேன். வேணும்ன்னா இன்னும் ஒரு ரெண்டு லட்ச ரூபாய் சேர்த்துத் தர எங்க கம்பெனி தயாராயிருக்கு..!"

யமுனாவோட போட்டோவைப் பார்த்ததுமே, வெளிநாட்டு ஏஜெண்டுகளுக்கு ரொம்பவும் பிடிச்சுப்போச்சு...! ஒரு மணி நேரம் ஓடக்கூடிய கேஸட் ஒரு வாரத்துக்குள்ள தயாரிச்சு அனுப்பும்படி சொல்லி யிருக்காங்க. அவங்க சொன்ன காலஅவகாசத்துக்குள்ள கேஸட் அனுப்பலைன்னா அந்த ஆர்டர் ரத்தாயிடும்... இது ஒரு சர்வதேச வியாபாரம். எல்லாம் சரியான நேரத்துக்கு நடக்கணும். சொன்னபடி கேஸட் போய் சேர்ந்தால்தான் பேசினபடி பணம் கிடைக்கும். இது சட்டவிரோதத் தொழிலாய் இருந்தாலும் நாணயம் முக்கியம்..!"

"சார்..! அந்த வெளிநாட்டு பார்ட்டிகிட்டே ஒரு மாசம் அவகாசம் கேட்டுப் பாருங்களேன்..."

"நான் ஏற்கனவே கேட்டுப் பார்த்துட்டேன் திவாகர். அவங்க ஒத்துக்கலை... ஒரு வாரத்துக்குள் கேஸட் கொடுக்க முடியாதபட்சத்தில் அட்வான்ஸ் பணத்தைப் பூராவும் திரும்ப கேட்கிறாங்க.."

அதுவரைக்கும் ஒன்றும், பேசாமல் இருந்த வந்தியத்தேவன் அவர்கள் பேச்சில் குறுக்கிட்டான்.

"சார்.. நான் ஒரு யோசனை சொல்லலாமா...?"

"என்ன..?"

"யமுனாவுக்கு தெரியாம படம் எடுத்துட வேண்டியதுதான்.."

"அது எப்படி..?"

"ஒரு மயக்க ஊசி இருக்கு. அதை உள்ளே செலுத்திட்டா போதும். ரெண்டுமணி நேரத்திற்கு சுய உணர்வு வராது. யமுனாவுக்கு அந்த ஊசியைப் போட்டுட வேண்டியதுதான்...!"

"ஊசி போட்டா அவளுக்கு சந்தேகம் வந்துடும்... அவ சந்தேகப்படாத அளவுக்கு காரியம் நடக்கணும்.."

"அப்படீன்னா மயக்க மருந்தை குளிர்பானத்துல கலந்து கொடுத்துட வேண்டியதுதான்.."

"நீ என்ன சொல்றே திவாகர்...?" சந்திரசேகர் கேட்டார்.

"வந்தியத்தேவன் சொல்றதுதான் சரி சார்...! மயிலே மயிலே இறகு போடுன்னா அது போடாது. பறிக்கத்தான் வேணும்.."

"என்னிக்கு சூட்டிங் வெச்சுக்கலாம்...?"

"நாளைக்கே.."

"எத்தனை மணிக்கு...?"

"காலை பத்து மணிக்கு.. யமுனாவோட வந்துடுங்க. செல்போனுக்கான விளம்பரத்தை எடுக்கிறமாதிரி பாவ்லா பண்ணிகிட்டே, மயக்க மருந்து கலந்த குளிர்பானத்தை யமுனாவுக்கு குடிக்கக் கொடுப்போம். குளிர்பானம் குடிச்ச பத்து நிமிஷம் வரை அவளுக்கு மயக்கம் வராது. அதுக்கப்புறம் தலையை சுத்தறமாதிரி இருக்கும். பக்கத்தில் இருக்கிற திவாகர் அவளை ஆஸ்பத்திரிக்கு கூட்டிட்டு போறமாதிரி நடிக்கணும். அதுக்குள்ள அவ

மயக்கமாயிடுவா... மயக்கம் தெளிய எப்படியும் ரெண்டு மணி நேரமாயிடும். ஒன்றரை மணிநேரம் அவளை கேமிரா விழுங்கினபிறகு, நமக்கு பழக்கமான ஒரு ஆஸ்பத்திரியில் சேர்க்க வேண்டியது. யமுனா மயக்கத் திலிருந்து மீண்டு கண் விழிக்கறப்ப, ஆஸ்பத்திரி படுக்கையில இருப்பதை அவ உணரணும். பக்கத்துல திவாகரும், ஒரு டாக்டரும் இருந்தா யமுனாவுக்கு எந்த சந்தேகமும் வராது. அதுக்கப்புறம் ஒரு மாசம் கழிச்சு திவாகர் தன் திட்டத்தோட ரெண்டாவது கட்டத்தை ஆரம்பிக்கணும். அதாவது, தான் மும்பை யில இருக்கறதாகவும், அந்த படத்துல இருக்கிறது உண்மையில் யமுனாதானான்னு அவகிட்டேயே கேட்கணும். கேஸட்டையும் அவளுக்கு போட்டுக் காட்டணும். கேசட்டைப் பார்த்து யமுனா கண்டிப்பாய் அதிர்ந்து போயிடுவா! மும்பை விபசார விடுதியில சிக்கியிருந்தப்ப நீலப்படத்தில் அவ நடிச்சதா சொல்லி திவாகர் மிரட்டி, பிளாக் மெயில் பண்ணனும், மறுபடியும் அவளை அதே மாதிரி நடிக்க வைக்கலாம்...!"

திவாகர் சிரித்தான். "சார்...! யமுனாவை நீலப்படத்தில் நடிக்க வைக்க இப்படியெல்லாம் நாம கஷ்டப்படவேண்டியதே இல்லை... வர்ற ஏழாம் தேதியிலிருந்து அவ எனக்கு மனைவியாயிடுவா..! அதுக்கப்புறம் முழுக்க முழுக்க என் கட்டுப்பாட்டில்தான் இருப்பா. அவளை எப்படி வேணாலும் பயன் படுத்திக்கலாம். நாளை பத்து மணிக்கு யமுனாவை இங்கே கூட்டிட்டு வர்றேன். அவ, பொதுவா கூல்ட்ரிங்ஸ் குடிக்கமாட்டா... மோர்தான் குடிப்பா. எதுக்கும் மோரிலும் மயக்க மருந்தை கலந்து வையுங்க.."

திவாகர் சொல்லிக் கொண்டிருக்கும்போதே.. மேஜை மேலிருந்த இண்டர்காம் குரல் கொடுத்தது.

சந்திரசேகர் எடுத்தார். மறுமுனையில் அவருடைய செகரெட்டரி சரளா பேசினாள்.

"சார்! யமுனாவுக்கு மெடிக்கல் செக்கப் முடிஞ்சது. ரிப்போர்ட் ரெடியாயிடுச்சு. யமுனாவை கூட்டிட்டு உங்க அறைக்கு வரலாமா..."

"எல்லா டெஸ்ட்டும் முடிஞ்சதா...?"

"எஸ் சார்.. ஸ்கேனும் பார்த்தாச்சு. எந்தப் பிரச்சனையும் இல்லைன்னு டாக்டர் ரிப்போர்ட் கொடுத்துட்டார்..."

"சரி! யமுனாவைக் கூட்டிட்டு வா."

சந்திரசேகர் ரிஸீவரை வைத்துவிட்டு, வந்தியத்தேவனிடம் நிமிர்ந்தார்.

"நீ இந்த இடத்துல இருக்க வேண்டாம். கிளம்பு! யமுனா வந்துக்கிட்டு இருக்கா..."

வந்தியத்தேவன் உடனே அறைக்கதவைத் திறந்துகொண்டு வெளியேற, திவாகர் புன்னகைத்தான்.

"சார்! யமுனா விஷயத்தில் நாம ரொம்பவும் எச்சரிக்கையா இருக்கணும். அவ அதிபுத்திசாலி. நம்மைப் பத்தி அவளுக்கு ஒரு சதம்கூட சந்தேகம் வரக்கூடாது. அவளுக்கு என்மேல காதல் வரணும்ங்கிறதுக்காக எவ்வளவு கஷ்டப்பட்டு இருக்கேன்னு எனக்குத்தான் தெரியும். நல்லவனாய் இருக்கிறதைக் காட்டிலும் நல்லவன்மாதிரி வேஷம் போடுறதுதான் கஷ்டம். அவளுக்காக நான் ஒரு ஆறு மாசம் விஸ்கியையும், சிகரெட்டையும் தொடலை... கோவிலுக்கு மாலை போட்டேன்... ரெண்டு தடவை ரத்ததானம் பண்ணினேன்... முதியோர் இல்லங்களுக்குப் போய் அன்னதானம் பண்ணினேன்... இத்தனையும்

பண்ண பின்னாடிதான் அவளுடைய மனசில என்னால் இடம்பிடிக்க முடிஞ்சது…"

"டொக்… டொக்.."

அறைக்கதவு தட்டப்படும் சத்தம் கேட்டது.

சந்திரசேகர் குரலை உயர்த்தி "எஸ்…" என்றதும், செகரெட்டரி சரளா, யமுனாவைக் கூட்டிக்கொண்டு உள்ளே வந்தாள்.

கையில் வைத்திருந்த மெடிக்கல் ரிப்போர்ட்டை சந்திரசேகரிடம் நீட்டினாள். அவர் வாங்கிக் கொண்டே கேட்டார்.

"சரளா… எல்லாம் முடிஞ்சதா?"

"ஒரு ரிப்போர்ட் மட்டும் பாக்கி இருக்கு சார். அந்த ரிசல்ட் ரெண்டு நாள் கழிச்சுத்தான் கிடைக்கும்."

"சரி.. நீ போம்மா…" என்று சொல்லி, சரளாவை அனுப்பியவர் யமுனாவிடம் நிமிர்ந்தார்.

"தப்பா நினைச்சுக்காதேம்மா.. இந்த கம்பெனியோட சட்டவிதிகள்படி, விளம்பரப் படத்தில் நடிக்க வர்றவங்க யாராக இருந்தாலும் மருத்துவ பரிசோதனைகளுக்கு உட்பட்டே ஆகணும்…"

யமுனா புன்னகைத்தாள்.

"நல்லதுதானே சார்…"

"மெடிக்கல் ரிப்போர்ட்ஸ் திருப்தியாய் இருக்கு. இன்னிக்கு நாளும் நல்லாயிருக்கு, இந்த ஒப்பந்தப் பத்திரத்தில கையெழுத்து போடும்மா, ரெண்டு லட்ச ரூபாய் அட்வான்ஸ் வாங்கிக்கலாம்…"

"ரெ… ரெ… ரெண்டு லட்சமா…"

ஆனந்தத்தில் யமுனாவின் அழகிய கண்கள் அகலமாய் விரிந்தன.

சந்திரசேகர் சிரித்தார்.

"என்னம்மா.. இதுக்குப்போய் இவ்வளவு ஆச்சரியப்படுறே... இது வெறும் அட்வான்ஸ்தான்! நாளைக்குக் காலையில பத்து மணிக்கு இங்கே ஒரு விளம்பரப்படம் எடுக்கப்போறோம். நீதான் நடிக்கப் போறே! அதுல நீ நடிச்சு முடிச்சதும், மீதி அஞ்சு லட்ச ரூபாய் கொடுத்துடுவோம்..."

"ச... சார்.. ஒரு விளம்பரப்படத்துக்கு ஏழு லட்ச ரூபாயா...! என்னால நம்பமுடியலை சார்..."

திவாகர் சிரித்தான்.

"நம்பு யமுனா நம்பு... நான் முன்னமே சொன்னமாதிரி இது சர்வதேச விளம்பரக் கம்பெனி. ஒரு சாதாரண ஹோட்டலுக்கும், ஐந்து நட்சத்திர ஹோட்டலுக்கும் என்ன வித்தியாசம் இருக்கோ அதே வித்தியாசம்தான், மத்த விளம்பரக் கம்பெனிகளுக்கும் இந்த கம்பெனிக்கும்! பணம் இங்கே ஒரு பொருட்டே கிடையாது. நீ நடிச்ச விளம்பரம் இந்தியாவில் இருக்கிற எல்லா டி.வி. சேனல்களுக்கும் போகும். உன் விளம்பரம் முதல் இடத்துக்கு வந்ததுன்னு வை... கோடிக்கணக்காய் பணம் வந்து, உன் வீட்டில் கொட்டும்..."

யமுனா சில விநாடி மகிழ்ச்சியில் திளைத்துவிட்டு, திவாகரை ஏறிட்டாள். தயக்கமாய்க் கூப்பிட்டாள்.

"திவாகர்! என்னோட நிபந்தனைகளை சார்கிட்டே சொல்லிட்டீங்களா..."

"ஓ.. அதுவா? நீயே சொல்லிடேன்..."

சந்திரசேகர் குழப்பமாய் யமுனாவைப் பார்த்தார்.

"சொல்லும்மா! என்ன நிபந்தனை...? எதுவா இருந்தாலும் சொல்லு..."

"சார்.. சார்... அது வந்து.. உள்ளாடை சம்பந்தப்பட்ட விளம்பரங்கள், அப்புறம் கருத்தடை சாதன விளம்பரங்கள், இதிலெல்லாம் நடிக்கமாட்டேன்" யமுனா சொன்னதைக் கேட்டு பெரிதாய் சத்தம் போட்டு சிரித்தார் சந்திரசேகர்.

"சரியா போச்சு...அது மாதிரியான பொருட்கள் பக்கம் எங்க கம்பெனி தலைவைச்சுகூட படுக்காதேம்மா.. எங்க விளம்பரப் பொருட்கள் எல்லாமே நவீன பொருட்கள் சம்பந்தப்பட்டவை. நாளைக்குக் காலையில நீ நடிக்கப் போகிற விளம்பரப்படம் எது தெரியுமா...?"

"எது சார்...?"

"ஜப்பானிய அதிநவீன செல்போன் சம்பந்தப்பட்டது..."

"எனக்கு பிரமிப்பாய் இருக்கு..."

"இந்தாம்மா.. ரெண்டு லட்ச ரூபாய்க்கான செக். ஒப்பந்தப் பத்திரத்தில மொதல்ல கையெழுத்தைப் போடும்மா.. நல்ல நேரம் போயிடப்போகுது..."

யமுனா தயக்கமாய் திவாகரைப் பார்க்க. அவன் புன்னகைத்தான்.

"நான் ஒப்பந்தத்தை ஒரு வரி விடாம படிச்சிட்டேன். தைரியமா கையெழுத்து போடு யமுனா..."

யமுனா கையெழுத்தைப் போட்டாள். செக், கை மாறியது.

"நாளைக்குக் காலையில பத்து மணிக்கு சூட்டிங்.

ஒருமணி நேரத்துக்கு முன்னாடியே வந்துடும்மா..."
என்றார் சந்திரசேகர்.

திவாகரும், யமுனாவும் சந்திரசேகரிடம் விடைபெற்றுக்கொண்டு அறையிலிருந்து வெளிப்பட்டார்கள்.

ஏ.சி. பொருத்தப்பட்ட அந்த பிரம்மாண்ட கட்டிடம் குளிர்ச்சியில் உறைந்து போய் ஊட்டி மாதிரி தோற்றம் கொடுத்தது.

இருவரும் லிப்டில் இறங்கினார்கள்.

"திவாகர்! எனக்கு எல்லாமே கனவு மாதிரி இருக்கு. கையில ரெண்டு லட்ச ரூபாய்க்கான செக். என்னால நம்பவே முடியல...!"

"யமுனா! நீ அழகாக இருக்கப்போய்த்தான் இதெல்லாம் சாத்தியம்..."

சிரித்துப் பேசிக்கொண்டே லிப்டில் இறங்கி, ரிசப்ஷன் ஹாலுக்கு வந்தார்கள்.

ரிசப்ஷனில் இருந்த இளைஞன், திவாகரைப் பார்த்து "ஹாய் திவா.." என்று குரல் கொடுத்து கூப்பிட, திவாகர் யமுனாவிடம் திரும்பினான்.

"யமுனா! ஒரு நிமிஷம்.. அவர் என் பழைய நண்பர். ரெண்டு வார்த்தை பேசிட்டு வந்துடுறேன்." சொல்லிக்கொண்டே திவாகர், ரிசப்ஷனை நோக்கிப் போக, யமுனா தூண் ஓரமாய் ஒதுங்கி நின்றாள்.

பக்கத்தில் இருந்த மீன் தொட்டியையும், அதில் நிறம் நிறமாய் நீந்திக் கொண்டிருந்த மீன்களையும் சுவாரஸ்யமாய் பார்க்க நேரம் கரைந்தது.

ஐந்து நிமிடங்களுக்குப் பிறகு பக்கவாட்டில் அந்தக்

குரல் கேட்டது. கிசுகிசுப்பான ஒரு பெண் குரல்.

"என்ன யமுனா! நீங்க இன்னும் புறப்படலையா...?"

நிமிர்ந்தாள்.

சந்திரசேகரின் செகரெட்டரி சரளா நின்றிருந்தாள். அவள் முகத்தில் ஒரு கலக்கம்... நெற்றிப்பரப்பில் லேசாய் வியர்வைப் பூச்சு...

யமுனா புன்னகைத்தாள். "அவர் தன் ப்ரெண்டோட பேசிட்டிருக்கார்..."

சரளா சுற்றும்முற்றும் பீதியோடு பார்த்துவிட்டு, தன் உள்ளங்கையில் மறைத்து வைத்திருந்த ஒரு துண்டுக்காகிதத்தை யமுனாவின் கையில் வலிய திணித்துவிட்டு, வேகமாய் நகர்ந்து போனாள்.

யமுனா அதிர்ச்சியில் சில விநாடிகள் உறைந்துபோய், பின் இயல்பான நிலைக்குத் திரும்பினாள்.

அந்தத் துண்டுக் காகிதத்தைப் பிரித்துப் பார்த்தாள்.

பால்பாயிண்டு பேனாவால் கிறுக்கலாய் எழுதப்பட்ட வரிகள் கண்ணில் வெளிச்சம் அடித்தன. படித்தாள்.

யமுனா !

நீ நினைப்பது போல் இது பூக்கடை அல்ல... சாக்கடை. மேலும் விபரம் அறிய இன்று மாலை ஆறு மணிக்கு, யாருக்கும் தெரியாமல் என் வீட்டுக்கு வா (முகவரி எண் 29, ஜான்சி தெரு, அன்னை நகர், சென்னை.)

3

யமுனா உதறிக்கொள்ளும் இருதயத்தோடு, மறுபடியும் அந்த துண்டுச்சீட்டைப் படித்தாள்.

நீ நினைப்பது போல் இது பூக்கடை அல்ல. சாக்கடை என்ற வாசகம் ஓங்கி அடிக்கப்பட்ட ஆணியாய் அவளது அடிவயிற்றில் இறங்கியது.

நெற்றியும், பின்னங்கழுத்தும் வியர்த்து பிசுபிசுத்தன.

கொஞ்சம் தொலைவில் சரளா, முதுகைக் காட்டியபடி வேகமாய் லிப்ட்டை நோக்கிப் போய் கொண்டிருந்தாள்.

"என்ன யமுனா.. புறப்படலாமா...?"

பின்பக்கம் எழுந்த திவாகரின் குரல் கேட்டு, சுயஉணர்வுக்கு வந்த யமுனா, அந்த துண்டுச் சீட்டை அப்படியே சுருட்டி வலது உள்ளங்கையில் அழுக்கிக் கொண்டாள்.

"ம்.. ம்.. போ.. போலாமே..."

திவாகர் அவளை வியப்பாய் பார்த்தான்.

"என்ன யமுனா முகமெல்லாம் வேர்த்திருக்கு... என்னாச்சு..? உடம்புக்கு முடியலையா..."

"அதெல்லாம் ஒண்ணுமில்லை.. இவ்வளவு பெரிய கம்பெனியில விளம்பர மாடலாய் நடிக்க வாய்ப்பு கிடைச்சதைப்பத்தி நினைச்சுப் பார்த்தேன். பயமாவும், பதட்டமாவும் இருந்துச்சு...!"

திவாகர் சிரித்தான்.

"யமுனா! உன்கிட்டே அழகு இருக்கு... திறமை இருக்கு... வாய்ப்புகள் உன்னைத் தேடி வர்றதுக்கு இந்த ரெண்டு போதாதா...? எல்லா டிவியிலும் இனி உன் முகம்தான்..! இந்தியாவையே நீ கலக்கப் போறே..!" திவாகர் உற்சாகமாய் பேசிக்கொண்டே வாசலை நோக்கி நடக்க, யமுனாவின் உள்ளம் கல் விழுந்த குளமாய் அலையடித்தது.

'இது சாக்கடை என்று சரளா சொன்னது எந்த அளவுக்கு உண்மை..?'

'சரளாவைப் பார்த்தால் பொய் சொல்கிறவளாக தெரியவில்லை... இந்த கம்பெனியில ஏதோ ஒரு தப்பு இருக்கப்போய்த்தான், இப்படியொரு துண்டு காகிதத்தை எழுதி, யாருக்கும் தெரியாமல் கொடுத்திருக்கிறாள். இன்னிக்கு சாயந்தரம் அவளுடைய வீட்டுக்குப்போய் நேரில் பார்த்துவிட வேண்டியயதுதான்...'

அவளுடைய தோளில் ஒரு தட்டல் செல்லமாய் விழுந்தது.

"என்ன... மறுபடியும் கனவா..?" திவாகர் கேட்டுவிட்டு சிரித்தான்.

யமுனாவும் வலுக்கட்டாயமாய் புன்னகைத்தாள்.

"திவாகர்! உண்மையிலே இன்னிக்கு நடந்த எல்லா நிகழ்ச்சிகளுமே ஒரு கனவு மாதிரிதான் இருக்கு... என் கையில ரெண்டு லட்ச ரூபாய்க்கான செக் இருக்கிறதைப்

பார்க்கும்போது என்னை என்னாலே நம்ப முடியலை...! கிள்ளி கிள்ளி பார்த்துக்கிறேன்.."

"யமுனா! இதையே நீ திரும்பத் திரும்ப சொல்லிட்டிருக்காதே..! டென்னீஸ் வீராங்கனை ஒரு விளம்பரப்படத்தில தன் முகத்தைக் காமிக்க ஒரு கோடி ரூபாய் வாங்கி இருக்காங்க தெரியுமா... நீ என்னடான்னா இந்த ரெண்டு லட்சத்துக்கே திறந்த வாயை மூட மாட்டேங்கிற...! இந்த விளம்பரத்துறையை நீ மட்டும் சரியானபடி பயன்படுத்திகிட்டா இந்த வருஷமே நீ லட்சாதிபதி... அடுத்த வருஷம் கோடீஸ்வரி...!"

"வசனம் நல்லாயிருக்கு திவாகர்! நான் கோடீஸ்வரியா...!"

"இது வசனம் இல்லை. நடக்கப்போகிற நிஜம்..! யமுனா இன்யலிருந்து சரியா 365வது நாள்ல உன்னை நான் கோடீஸ்வரியாக்கி காட்டுறேன். என்ன பந்தயம்..?"

யமுனா உதடு பிரியாமல் சிரித்தாள்.

"எனக்கு பணம் பெரிசில்லை திவாகர்..! செய்ற தொழில்ல உண்மையும், தூய்மையும் இருக்கணும்.. பணம் சம்பாதிக்க எத்தனையோ மோசமான வழிகள் இருக்கு...இந்த மாடலிங் தொழில், கத்திமேல் நடக்கிறமாதிரி தொழில். கொஞ்சம் ஏமாந்தாலும் இருட்டான பள்ளத்துல விழ வேண்டியதுதான்..!"

"இது ஒரு சர்வதேச விளம்பரக் கம்பெனி... நேர்மைதான் இவங்க மூலதனம். எடுக்கிற எந்த ஒரு விளம்பரப் படத்திலும் ஆபாசம் இருக்காது..."

திவாகர் பேசிக்கொண்டே இரு சக்கர வாகனங்கள் நிறுத்தும் இடத்துக்கு வந்து, தன் பைக்கை தொட்டான். பைக்கை உதைத்து உயிரூட்டியதும், யமுனா

பின்இருக்கையில் உட்கார்ந்து எதேச்சையாய் விளம்பர நிறுவன கட்டிடத்தை திரும்பிப் பார்த்தாள்.

இரண்டாவது மாடியில் ஒரு தூணுக்குப் பின்னாலிருந்து சரளா, யமுனாவையே பார்த்துக் கொண்டிருந்தாள்.

மாலை நேரம் நெருங்க நெருங்க யமுனாவுக்குள் படபடப்பு அதிகமாயிற்று.

சரளாவின் கடித வரிகள் திடும்திடுமென்று மனதின் மையத்துக்கு வந்து, ஒரு பூகம்பத்தை நிகழ்த்திவிட்டு அவளுடைய அடிவயிறைக் கலக்கியது. உடம்பு முழுக்க வியர்த்துவிட்டது.

சாயந்தரம் ஐந்து மணிக்கெல்லாம் சந்தியா, அலுவலகத்திலிருந்து வந்துவிட்டாள். மறக்காமல் கேட்டாள்.

"என்ன யமுனா.. காலையில் போன விஷயம் என்னாச்சு? காயா, பழமா..?"

"பழம்தான்..! பெரிய கம்பெனி..! அட்வான்ஸ் தொகையா ரெண்டு லட்சத்துக்கான செக்கைக்கூட கொடுத்துட்டாங்க..!"

"என்னது..! அட்வான்ஸ் தொகை ரெண்டு லட்சமா... எனக்கு மயக்கமே வர்றமாதிரி இருக்கு...யமுனா..! திவாகர் உன்னை ஒரு நல்ல கம்பெனிக்குத்தான் கூட்டிக்கிட்டு போயிருக்கார்... எனக்கும் அந்த கம்பெனியில் ஏதாவது வேலை கிடைக்குமா.. பாரேன்.."

"சந்தியா..! நீ இப்போ சந்தோஷப்படுற அளவுக்கு நான் சந்தோஷமா இல்ல... பெரிய குழப்பத்துல மாட்டிக்கிட்டு இருக்கேன்..."

"யமுனா என்ன சொல்றே...?"

"மொதல்ல நீ இந்த கடிதத்தைப் படி.." சொன்ன யமுனா, தன் படுக்கை தலையணைக்குக் கீழே பத்திரப்படுத்தி வைத்திருந்த அந்த துண்டு கடிதத்தை எடுத்து, சந்தியாவிடம் கொடுத்தாள்.

சந்தியா அதை வாங்கிப் படித்துவிட்டு, முகம் இருண்டாள்.

குரல் நடுங்கக் கேட்டாள்.

"யமுனா..! யார் இந்த சரளா..?"

"அந்த விளம்பரக் கம்பெனியில வேலை பார்க்கிற பொண்ணு. என்னை மெடிக்கல் டெஸ்ட்டுக்கு கூட்டிக்கொண்டு போனவளும் அவதான்..."

"திவாகருக்கு இந்த துண்டு சீட்டு விஷயம் தெரியுமா...?"

"தெரியாது.."

"நீ திவாகர்கிட்டே இதைக் காட்டி இருக்கலாமே..?"

"இந்த விஷயம் வெளியே யாருக்கும் தெரியக்கூடாதுன்னு அதுல சரளா எழுதி இருக்காளே..!"

"என்ன யமுனா நீ..? அடுத்த மாசம் திவாகரை கல்யாணம் பண்ணிக்கப் போறே..! உனக்கு கணவரா வரப்போகிறவர்கிட்டே இதை மறைக்கலாமா..? அதுவுமில்லாம திவாகர் உன்னை ஒரு கம்பெனிக்கு கூட்டிட்டுப் போறாருன்னா.. அது மோசமான கம்பெனியா எப்படி இருக்க முடியும்..? சரளா கொடுத்த இந்தக் கடிதத்தை நீ திவாகர்கிட்டே காட்டி, ஆலோசனை பண்ணியிருக்கணும். திவாகரை நம்பாமே... முன்னே பின்னே தெரியாத அந்த சரளாவை நம்பியிருக்கே..! சரளா உண்மையிலே நல்லவளா, கெட்டவளான்னு

உனக்கு எப்படி தெரியும்..? இந்தா, என்னோட செல்போன்.. மொதல்ல திவாகருக்கு போன் பண்ணி, இதப் பத்தி சொல்லு..."

"வேண்டாம் சந்தியா.."

"ஏன் வேண்டாங்கிறே..?"

"திவாகர் ரொம்பவும் நம்பிக்கையோடு என்னை அந்த கம்பெனிக்கு கூட்டிட்டு போய், ரெண்டு லட்ச ரூபாய் அட்வான்ஸ் வாங்கிக் கொடுத்திருக்கிறார். திவாகர் இப்போ ரொம்பவும் சந்தோஷமான மனநிலையில் இருப்பார். இந்த நேரத்துலபோய் சரளாவைப் பத்தியும், கடிதத்தைப் பத்தியும் சொன்னா... அவரோட மனசு ரொம்பவும் கஷ்டப்படும்.. அவர் அந்த சரளாகிட்டே சண்டைக்கு போனாலும் போயிடுவார். அதெல்லாம் வீண் விவகாரம்தானே..?"

"சரி.. இப்போ என்ன பண்ணலாம்ன்னு நினைக்கிறே..?"

"அந்த சரளா என்னதான் சொல்றாள்ன்னு போய்ப் பார்க்கலாமே...! நீயும் நானும் இப்போ கிளம்புறோம்..."

"நானா...?"

"ம்.."

"அந்த சரளா உன்னைத் தனியாத்தானே வரச்சொல்லி இருக்கா?"

"பரவாயில்ல.. நீயும் வா! அந்த சரளாவுக்கு விருப்பமிருந்தா பேசட்டும் இல்லேன்னா திரும்பி வந்துடலாம்..."

"அவ அட்ரஸ் என்ன...?"

"ஜான்சி தெரு, அன்னை நகர்..."

"யமுனா! நான் ஒண்ணு சொல்லட்டுமா...?"

"சொல்லு...

"எனக்கென்னமோ இந்த சரளா விவகாரம் பிடிக்கல... கடிதத்தை கிழிச்சுப் போட்டுட்டு பேசாமே இருந்துடு...

"இதோ பாரு சந்தியா! உனக்கு இஷ்டமில்லைன்னா வராதே.. நானே போய் அவளைப் பார்த்துட்டு வர்றேன்.."

"சரி.. சரி.. கோபப்படாதே...நானும் வர்றேன்..."

அடுத்த பத்தாவது நிமிடம், யமுனாவின் இரு சக்கர வாகனத்தில் இருவரும் புறப்பட்டார்கள்.

அன்னை நகர் ஜான்சி தெருவில் இருந்த சரளாவின் வீட்டைக் கண்டுபிடித்து, போய் சேர்ந்தபோது சரியாய் ஆறு மணி.

அந்தத் தெருவில் வீடுகள் மாமியார் - மருமகள் உறவு போல் தள்ளித் தள்ளி தெரிந்தன. மக்கள் நடமாட்டமும் அதிகமில்லை.

வாகனத்தை ஓரமாய் நிறுத்திவிட்டு, சிறிய காம்பவுண்டு கேட்டைத் திறந்து கொண்டு யமுனாவும், சந்தியாவும் உள்ளே போனார்கள்.

வாசல் கதவு சாத்தியிருக்க, உள்ளேயிருந்த டி.வி. "சமையல் எண்ணெயிலே சூப்பர் எண்ணெய் இதுதானே..." என்று பாடிக்கொண்டிருந்தது.

யமுனா, வாசற்படியேறி கதவின் நிலையில் ஒட்டி யிருந்த காலிங்பெல்லை அழுத்தினாள்.

உள்ளே, பத்து விநாடிகளுக்கு இன்னிசை, பிறகு கதவு திறந்தது.

காலையில் சேலையில் பார்த்த சரளா இப்போது சுடிதாரில் நின்றிருந்தாள்.

ரொம்பநாள் பழகியவள்போல் புன்னகைத்தாள்.

"வா யமுனா! நீ எங்கே வராம போய்டுவியோன்னு மனசுக்குள் ஒரு உதைப்பு இருந்தது...பரவாயில்லே...என் கடிதத்துக்கு மதிப்பு கொடுத்து வந்துட்டே..." என்றவள் சந்தியாவைப் பார்த்துவிட்டு, புருவங்களை உயர்த்தினாள்.

"இவங்க..."

"என்னோட தோழி சந்தியா! ஒரு தனியார் கம்பெனியில வேலை பார்க்கிறா... நானும், சந்தியாவும் ஒரே வீட்டில்தான் தங்கி இருக்கோம். எங்களுக்குள் ஒளிவுமறைவு விஷயங்கள் எதுவும் கிடையாது... நீ எனக்கு கொடுத்த கடிதத்தைப்பத்தி சந்தியாகிட்டே சொன்னேன்... நானும் கூடவர்றேன்னு சொன்னா, கூட்டிட்டு வந்துட்டேன். சந்தியா வந்ததுல உனக்கும் ஒண்ணும் ஆட்சேபனை இல்லையே..."

"நம்பிக்கைக்குரிய தோழின்னு நீயே சொன்ன பின்னாடி எனக்கு என்ன ஆட்சேபனை...? உள்ளே வந்து உட்காருங்க. நான் அடுப்பை அணைச்சுட்டு வந்துடுறேன்..."

சரளா சோஃபாவைக் காட்டிவிட்டு, உள்ளேயிருந்த சமையலறையை நோக்கிப் போனாள்.

யமுனாவும், சந்தியாவும் அங்கிருந்த சோஃபாவில் அமர்ந்து சாய்ந்தார்கள். டிவியில் ஒரு அழுகை தொடர் ஓடிக்கொண்டிருந்தது.

வீடு சின்னதாய் இருந்தது. சுவரில் ஒரு புகைப்படம்கூட இல்லை.

சந்தியா, யமுனாவின் தோள்பட்டையை மெல்ல சுரண்டினாள்.

"யமுனா.."

"ம்.."

"சரளாகிட்ட விஷயம் என்னன்னு கேட்டுட்டு உடனே கிளம்பிடலாம். தேவைக்கு அதிகமாய் ஒரு நிமிஷம்கூட இங்கே இருக்கக்கூடாது..."

"எனக்குத் தெரியாதா என்ன..."

சமையலறைக்குள் குக்கர் விசிலடித்தது.

"காஃபி கலந்துட்டு வருவா போலிருக்கு... வேண்டாம்னு சொல்லிடுவோம்."

யமுனா 'சரி'யென தலையாட்டும்போதே.. சோஃபாவுக்கு முன்னால் டீபாயிலிருந்த டெலிபோன் கூப்பிட்டது.

யமுனாவும், சந்தியாவும் சமையலறை பக்கம் பார்வையைக் கொண்டு போனார்கள்.

பால் குக்கர் இன்னும் வேகமாய் விசிலடித்தது.

சந்தியா சொன்னாள். "யமுனா! நீ ரிஸீவரை எடுத்துப் பேசு. டெலிபோன் மணியடிச்சது. குக்கர் விசில் சத்தத்துல சமையலறையில் இருக்கிற சரளாவுக்கு கேட்டிருக்காது..."

"சரி.. நான் போனை எடுக்கிறேன். நீ போய் சரளாகிட்டே சொல்லிட்டு வா..."

யமுனா சொல்லிக்கொண்டே ரிஸீவரை எடுத்து காதுக்கு கொடுக்க, சந்தியா எழுந்து சமையலறையை நோக்கிப் போனாள்.

பால் குக்கர் இப்போது மூன்றாவது தடவையாக கத்தியது.

சந்தியா சமையலறையை நெருங்கி, உள்ளே எட்டிப் பார்த்தாள்.

கியாஸ் அடுப்பில் குக்கர் வீறிட்டுக் கொண்டிருக்க, சரளா தரையில் மல்லாந்து விழுந்திருந்தாள்.

கழுத்தில் ஒரு நைலான் கயிறு இறுகியிருக்க, கண்களும் நாக்கும் லேசாய் வெளித் தள்ளியிருந்தன.

கடைவாயோரம் ஒரு ரத்தக்கோடு, தயங்கி தயங்கி வழிந்து கொண்டிருந்தது.

4

சந்தியா அப்படியே அசைவற்று நின்றாள்.

நடந்த பயங்கரம் அவளுடைய மூளைக்குள் பதிவானதும், சமையலறைக்குள் இறந்துகிடந்த சரளாவைப் பார்த்துக்கொண்டே மெல்ல பின்வாங்கி, முன்னறைக்கு வந்தாள்.

டெலிபோனில் பேசிக் கொண்டிருந்த யமுனா, ரிஸீவரின் வாயை தன் இடக்கையால் பொத்திக்கொண்டு, சந்தியாவிடம் நிமிர்ந்தாள்.

"என்ன சந்தியா... போன் வந்திருக்குன்னு சரளாகிட்டே சொல்லிட்டியா? பால் குக்கர் இன்னமும் ஏன் கத்திகிட்டிருக்கு...? அடுப்பை அணைக்க வேண்டியதுதானே..."

சந்தியா வியர்த்து வழியும் முகத்தோடு கை ஜாடை காட்டி, ரிஸீவரை வைத்துவிடும்படி சொன்னாள்.

யமுனாவும் குழப்பத்தோடு ரிஸீவரை அதனிடத்தில் வைத்துவிட்டு, கலக்கமாய் சந்தியாவைப் பார்த்தாள்.

"என்ன சந்தியா.. ஏன் என்னவோ மாதிரி இருக்கே? சரளா உன்னை ஏதாவது சொன்னாளா...?"

"ய... ய.. யமுனா! இந்த வீட்டுல இருக்கிற

ஒவ்வொரு நிமிஷமும் ஆபத்து. நாம உடனே இங்கிருந்து கிளம்பணும்…"

"என்னது… கிளம்பணுமா? சரளாகிட்டே நாம் இன்னமும் பேசவேயில்லையே…"

"அய்யோ.. யமுனா! இந்த வீட்டுல என்ன பயங்கரம் நடந்திருக்குன்னு தெரியாம பேசாதே… சரளா இப்போ உயிரோட இல்லை… அவளை யாரோ சமையலறையில் வெச்சு கழுத்தை இறுக்கி கொலை பண்ணியிருக்காங்க…"

"எ… எ.. எ.. ன்னது..?"

சோஃபாவில் உட்கார்ந்திருந்த யமுனா ஒரு நேர்க்கோடு மாதிரி எழுந்தாள். உடம்பில் நடுக்கம் தொற்றிக்கொண்டது. முகம் வியர்த்தது.

சமையலறையை நோக்கி நடக்க முயன்ற யமுனாவை, சந்தியா தடுத்தாள்.

"உள்ளே போகாதே யமுனா…! நாம உடனே இங்கேயிருந்து கிளம்பியாகணும்.. இல்லேன்னா, நாம பல பிரச்னைகளை சந்திக்க வேண்டியிருக்கும்… ம்.. கிளம்பு…"

யமுனாவின் கைகளைப் பிடித்து இழுத்துக்கொண்டு வீட்டுக்கு வெளியே வந்தாள் சந்தியா.

தெருவில் யாருமில்லை.

"யமுனா! வண்டியை எடு… யாராவது நம்மை பாக்கறதுக்குமுந்தி இந்த இடத்தைவிட்டு போ யிடுவோம்…"

யமுனா பதற்றமாய், தன் வாகனத்தில் அமர்ந்து ஸ்டார்ட் செய்ய, சந்தியா பின்இருக்கையில் உட்கார்ந்து கொண்டாள்.

"ம்.. விரட்டு!"

வாகனம் தெருவில் பாய்ந்தது. தெருமுனையைக் கடக்கும்வரை மௌனமாய் இருந்த யமுனா பிறகு கேட்டாள்.

"சந்தியா! நீ நல்லாப் பார்த்தியா? சரளா கொலை செய்யப்பட்டிருந்தாளா... இல்லை, மயக்கமா கீழே விழுந்து கிடந்தாளா...?"

"என்ன யமுனா இப்படி கேட்கிறே... சரளாவோட கழுத்தை நைலான் கயுத்துல யாரோ இறுக்கி கொலை பண்ணியிருக்காங்க. நாக்கும், கண்ணும் கிட்டத்தட்ட வெளியே வந்து, கடைவாயில் ரத்தம் ஒரு கோடு மாதிரி வழிஞ்சிட்டிருந்தது...?"

"எப்படி சந்தியா... நாம உள்ளே இருக்கும்போதே கொலை நடந்திருக்கு...?"

"கொலையாளி வீட்டுக்குள்ளே இருந்திருக்க லாம்ன்னு நினைக்கிறேன். வந்த வேலையை முடிச்சிட்டு, பின்பக்க வழியா கொலையாளி தப்பி போயிருக்கணும்..."

"என்னால நம்பமுடியல சந்தியா..."

"இதோ பாரு யமுனா! கொலை எப்படி நடந்ததுங்கிறது இப்ப பிரச்னையில்ல...கொலை நடந்த இடத்துல நாம இருந்திருக்கோம்... யாராவது உன்னையும், என்னையும் பார்த்திருந்தா பிரச்னைதான்.."

"யாரும் பாத்து இருக்க மாட்டாங்கன்னு நினைக்கிறேன்..."

"ஆனா, கொலையாளிக்கு உன்னையும், என்னையும் கண்டிப்பா தெரியும்.. சரி.. போன்ல பேசுனது யாரு?"

"ஒரு பொண்ணு..."

"பொண்ணா...?"

"ம்... பேரு ரேவதின்னு சொன்னா. சரளா இருக்காளான்னு கேட்டா.. அதுக்கு நான் 'சரளா சமையலறையில் இருக்காங்க. கொஞ்சம் இருங்க. பேசச்சொல்றே'ன்னு சொன்னேன்.

"நீ அந்த ரேவதிகிட்டே உன்னைப்பத்தி ஏதாவது சொன்னியா...?"

"நீங்க யாருன்னு அவ என்னைக்கேட்டா! 'நான் சரளாவோட தூரத்து உறவு'ன்னு சொல்லிட்டேன்."

"நல்லவேளை பண்ணினே! வாய் தவறி 'யமுனா'ன்னு பேரைச் சொல்லாம இருந்தியே...!"

"சந்தியா! நாம சரளாவோட கொலையைப்பத்தி போலீஸ்க்கு தகவல் கொடுத்தா பிரச்னைகள் வரும்ன்னு சொல்றியா...?"

"கண்டிப்பா...போலீஸ் நம்மகிட்டே கேட்கிற முதல் கேள்வி எதுவாக இருக்கும் தெரியுமா? 'நீங்க ரெண்டு பேரும் சரளா வீட்டுக்கு எதுக்காக போனீங்க'ன்னு கேட்பாங்க! அந்தக் கேள்விக்கு உண்மையான பதிலைச் சொன்னா, நீ நடிக்க இருக்கிற விளம்பரக் கம்பெனியோட பேரும், திவாகரோட பேரும் வெளியே வரும். இதெல்லாம் தேவையான்னு கொஞ்சம் யோசனை பண்ணிப் பாரு..."

"அப்ப.. போலீஸ்க்கு போக வேண்டாம்ன்னு சொல்றியா..."

"வேண்டவே வேண்டாம்ன்னு சொல்றேன்."

"ஒருவேளை போலீஸே நம்மை மோப்பம் பிடிச்சிட்டு வந்துட்டா..."

"எப்படி வருவாங்க...? வர வாய்ப்பே இல்லையே..."

"நாம ரெண்டுபேரும் சரளா வீட்டுக்கு போனதை யாராவது பார்த்து இருப்பாங்களோன்னு மனசுக்குள்ள ஒரு உறுத்தல்..."

"அப்படி போலீஸ் நம்மை தேடிவரும்போது பார்த்துக்கலாம். அதுக்கு முன்னாடி நீ ஒரு வேலை பண்ணணும்.."

"என்ன?"

"நீ நடிக்க இருக்கிற விளம்பரக் கம்பெனியோட பேர் என்ன...?"

"மல்டி மீடியா..."

"தமிழ்நாட்ல இருக்கிற எல்லா விளம்பரக் கம்பெனிகளையும் தங்கள் கட்டுப்பாட்டுக்குள் வைச்சிருக்கிற சென்ட்ரல் விளம்பர நிறுவன அலுவலகம் நுங்கம்பாக்கத்துல இருக்கு. நீ அங்கே போய் அந்த கம்பெனியின் இயக்குநரை நேரில் பார்த்து, மல்டி மீடியா நிறுவனம் தரமான நேர்மையான கம்பெனி தானான்னு விசாரி. அந்த இயக்குநர் நல்லவிதமா பதில் சொன்னா, விளம்பரத்துல நடி. இல்லேண்ணா.. வாங்கின செக்கை திவாகர் வழியாவே திருப்பிக் கொடுத்துடு. திவாகர் கேட்டா, உண்மையான காரணத்தைச் சொல்லிடு. திவாகரும் நேர்மையானவராய் இருக்கிறதால உனக்கு எதிரா அவர் பேசமாட்டார்..."

"சரளாவோட கொலையைப்பத்தி திவாகர்கிட்டே சொல்ல வேண்டாமா...?"

"வேண்டாம். எதுவுமே தெரியாததுபோல இருந்துடு."

"எனக்கென்னவோ பயமா இருக்கு சந்தியா..."

"இதோ பாரு. யமுனா! நீயும், நானும் எந்தத் தப்பும் பண்ணல...தப்பு பண்ணாதவங்க பயப்பட வேண்டிய

அவசியமே இல்ல... சரளாகிட்டே போக வேண்டாம்ன்னு நான் சொன்னேன். நீ கேட்கல..."

"சரளா இப்படி கொலை செய்யப்படுவானு யாருக்குத் தெரியும்..."

"சரி...இனி சரளாவை மறந்துடு. அவ உனக்குக் கொடுத்த துண்டு சீட்டையும் மறந்துடு...நாம அவ வீட்டுக்குப் போனதையும் மறந்துடு. நான் சொன்ன மாதிரி நுங்கம்பாக்கத்தில இருக்கிற அந்த சென்ட்ரல் விளம்பர நிறுவன இயக்குநரைப் பார்த்து, நீ நடிக்க இருக்கிற மல்டி மீடியா நிறுவனம்பத்தி விசாரி. நல்ல கம்பெனி இல்லேன்னா தயவு தாட்சண்யம் பார்க்கமே வேண்டாம்ன்னு சொல்லிடு..."

"சந்தியா..."

"சொல்லு..."

"நான் மட்டும் தனியாபோய் விசாரிக்கிறதைக் காட்டிலும், திவாகரையும் கூட்டிட்டுப் போனா என்ன...?"

"ம்.. தாராளமா கூட்டிட்டுப் போ! அவர் வருவாரா...?"

"நான் சொன்னா வருவார்..."

"அப்படீன்னா கூட்டிட்டுப் போ.. ஆனா, எக்காரணத்தைக் கொண்டும் சரளாவோட கொலையைப் பத்தி மட்டும் சொல்லிடாதே..."

இருவரும் பேசிக்கொண்டே வாகனத்தில் வந்ததில் நேரம் கரைந்து போயிருக்க, தெருவுக்குள் நுழைந்து வீட்டை நெருங்க, இருவர் முகத்திலும் ஆச்சரியக்குறிகள் முளைத்தன.

வீட்டு வாசலில் பைக் நின்றிருக்க, அதன்மேல் சாய்ந்தபடி திவாகர் காத்திருந்தான்.

யமுனா, வண்டியை நிறுத்திவிட்டு திவாகரை நெருங்க, அவன் புன்னகைத்தான்.

"என்ன.. தோழிகள் ரெண்டு பேரும் ஷாப்பிங் போயிட்டீங்களா...?"

"ஆ... ஆமா.. நீங்க வந்து நேரமாச்சா திவாகர்...?"

"இல்லை.. இப்பத்தான் வந்தேன். நீங்க ரெண்டுபேரும் எங்கேயாவது பக்கத்துலதான் போயிருப்பீங்கன்னு நினைச்சுதான் காத்திட்டிருந்தேன்."

சந்தியா தற்காலிகமாக வரவழைத்துக் கொண்ட உற்சாகத்தோடு கேட்டாள்.

"என்ன திவாகர்... இந்த நேரத்துல திடீர்ன்னு வந்திருக்கீங்க? ஏதாவது விசேஷம் உண்டா...?"

"உங்க தோழிக்கு ஒரு நல்ல விளம்பரக் கம்பெனியில் நடிக்க வாய்ப்பு கிடைச்சிருக்கு. சொல்லலையா...?"

"ம்.. சொன்னா.. ரொம்ப சந்தோஷப்பட்டேன். அட்வான்ஸ் தொகையே ரெண்டு லட்சம். யமுனா ஒரே நாள்ல உயரத்துக்கு போயிட்டா...! எல்லாமே உங்க ஏற்பாடுன்னு சொன்னா..."

சந்தியா பேசிக்கொண்டே போய் கதவைத் திறந்துவிட்டாள்.

மூன்று பேரும் உள்ளே போனார்கள்.

குழல் விளக்குகளுக்கு உயிர் கொடுத்த யமுனா "உக்காருங்க திவாகர்..." என்றாள்.

அவன் உட்கார்ந்தும் கேட்டாள்.

"ஒரு போன்கூட பண்ணாமே சஸ்பென்ஸா வந்து நிக்கறீங்க... என்ன விஷயம்...?"

"இது பேசவேண்டிய விஷயம் இல்லை. உன்கிட்டே கொடுக்க வேண்டிய விஷயம். அதான நேரில் வந்தேன்."

யமுனா புருவங்களை உயர்த்தினாள்.

"கொடுக்க வேண்டிய விஷயமா?"

"ம்.. இதோ பாரு.." சொன்ன திவாகர், தான் கையோடு கொண்டு போயிருந்த பேக்கை திறந்து, உள்ளேயிருந்து ஒரு நீலநிற வெல்வெட் துணிப்பெட்டியை எடுத்தான்.

யமுனாவிடம் நீட்டினான்.

"இது உனக்காக யமுனா..."

"உள்ளே என்ன?"

"திறந்து பாரு..."

பார்த்தாள்.

உள்ளே ஒரு தங்க நெக்லஸ் மஞ்சள் நிறத்தில் மின்னியது. பதினைந்து சவரனுக்குமேல் இருக்கலாம்போல் தோன்றியது.

"எப்படி இருக்கு யமுனா?" திவாகர் கண்சிமிட்டினான்.

"நல்லா இருக்கு! நம்ம கல்யாணத்துக்காக வாங்கினீங்களா...?"

"இது நான் வாங்கினது இல்லை..."

"பின்னே..."

"மல்டி மீடியா விளம்பர நிறுவன அதிகாரி சந்திரசேகர் வாங்கியது. உனக்கு கல்யாணப் பரிசாய் கொடுத்துவிட்டிருக்கார். ம்.. வாங்கிக்க..."

"வேண்டாம் திவாகர்..."

"ஏன் வேண்டாம்...?"

"பிடிக்கல..."

"என்ன பிடிக்கல..."

"திவாகர் நான் ஒண்ணு சொன்னா நீங்க தப்பா நினைச்சுக்க மாட்டிங்களே...?"

"என்ன சொல்லப்போறே...?"

"என்னை விளம்பரப்படத்துக்கு ஒப்பந்தம் பண்ணி யிருக்க மல்டி மீடியா நிறுவனம்பத்தி வெளியே கொஞ்சம் விசாரணை பண்ணிப் பார்க்கணும்."

"அந்தக் கம்பெனியைப்பத்தி சந்தேகப்படுறியா?"

யமுனா பதில் சொல்லும்முன், சந்தியா குறுக்கிட்டாள்.

"அந்த கம்பெனி மேல யமுனாவுக்கு மட்டுமில்ல.. எனக்கும் சந்தேகம் தான், திவாகர். யமுனாவை இன்னும் ஒரு படம்கூட எடுக்காமே ரெண்டு லட்ச ரூபாய்க்கான செக்கை அட்வான்ஸா கொடுத்து இருக்காங்க! போதாக்குறைக்கு இப்போ தங்க நெக்லஸ் வேற. இதோட மதிப்பே ஒரு லட்சம் இருக்கும் போலிருக்கே... சோழியன் குடுமி சும்மா ஆடாதுன்னு சொல்லுவாங்க.. யமுனா மேல எதுக்காக இவ்வளவு கரிசனம்...?"

திவாகரின் முகம் கோபத்தில் சிவந்தது. குரலை உயர்த்தினான்.

"மல்டி மீடியா நிறுவனம் சாதாரண ஊறுகாய்க்கு விளம்பரம் பண்ணுற கம்பெனி கிடையாது. சர்வதேச தரம் வாய்ந்த கம்பெனி. அவங்க தொழில் எல்லாம் கோடிக்கணக்கில்தான்...! அந்த ரெண்டுலட்ச ரூபாயும், தங்க நெக்லஸும் அவங்களுக்கு ஒரு பெரிய விஷயமே கிடையாது... யமுனா குடும்பப்பாங்கான அழகோடு

இருக்கிறது அவங்களுக்கு ரொம்பவும் பிடிச்சிருக்கு... வேறு விளம்பரக் கம்பெனிக்காரங்க யமுனாவை ஒப்பந்தம் பண்ணிடக் கூடாதேங்கிற பதற்றத்தில அவங்க பணத்தை வாரி இறைக்கிறாங்க... அதை சரியா புரிஞ்சுக்காமே நீங்க ரெண்டு பேரும் கம்பெனியை சந்தேகப்படுறது மனசுக்கு கஷ்டமாக இருக்கு... ஒரு மோசமான விளம்பரக் கம்பெனிக்கு, என் யமுனாவை நான் கூட்டிட்டுப் போவேனா...”

“அது ஒரு மோசமான கம்பெனின்னு ஒருவேளை உங்களுக்கே தெரியாமே இருந்தா...?”

சந்தியா கேட்ட கேள்விக்கு திவாகர் பதில் சொல்ல வாயை திறந்த விநாடி

வீட்டு வாசலில் ஆட்டோ ஒன்று வந்து நிற்கும் சத்தமும், அதைத் தொடர்ந்து காலிங்பெல் ஒலிக்கும் ஓசையும் கேட்டது.

சந்தியா போய் கதவைத் திறந்தாள்.

வெளியே

ஒரு இளம்பெண் நின்றிருந்தாள்.

சந்தியா கேட்டாள், “யார் வேணும்?”

“விளம்பர மாடல் யமுனா வீடு இதுதானே...?”

“ஆமா! நீங்க...”

“என் பேர் ரேவதி! சரளாவோட ஃப்ரெண்ட்!”

5

சுந்தியா சர்வமும் ஒடுங்கிப்போய் அந்த ரேவதியைப் பார்க்க, அவள் கேட்டாள்.

"யமுனா இருக்காங்களா...?"

"ம்... ம்.. இ.. இ... இருக்காங்க. என்ன விஷயம்?"

"அவங்களைப் பார்க்கணும்.. ஒரு முக்கியமான விஷயத்தைப் பத்தி அவங்ககிட்டே பேச வேண்டியிருக்கு.."

ரேவதிக்கு என்ன பதில் சொல்வது என்று சந்தியா யோசித்துக் கொண்டிருக்கும்போதே.. திவாகர் உள்ளேயிருந்து வேகமாய் வந்தான். படபடத்தான்.

"என்னது! யமுனாகிட்டே.. பேசணுமா..? என்ன பேசணும்? உள்ளே வாங்க.. மொதல்ல.."

சந்தியாவையும், திவாகரையும் தயக்கமாய்ப் பார்த்துக்கொண்டே ரேவதி உள்ளே வர, யமுனா பார்வைக்குக் கிடைத்தாள்.

மெல்ல நடந்துபோய் அவளுக்குப் பக்கத்தில் நின்றாள்.

"யமுனா.. நான் உங்ககிட்டே கொஞ்சம் தனியா பேசணும்.."

"எ... எ... என்ன.. பேசணும்...?"

யமுனா திக்கி திணறிக் கொண்டிருக்கும்போதே, திவாகர் வேக நடைபோட்டு அருகில் வந்தான். ரேவதியை ஏறிட்டான்.

"இதோ பாருங்க..! நீங்க எதைப் பேசுறதா இருந்தாலும் வெளிப்படையாவே பேசலாம்..."

"நீங்க யாருன்னு நான் தெரிஞ்சுக்கலாமா..."

"தாராளமா..! என் பேர் திவாகர். யமுனாவும், நானும் கூடிய சீக்கிரம் கல்யாணம் பண்ணிக்க இருக்கோம்.."

ரேவதி, யமுனாவிடம் திரும்பினாள்.

"என்ன யமுனா..! இவர் சொல்றது உண்மையா..?"

"உ... உண்மைதான்.."

"அப்படீன்னா உங்ககிட்ட பேச வந்ததை, இவர் முன்னாடியே வெளிப்படையாய் பேசிடலாமா...?"

யமுனா வியர்த்து வழிந்துகொண்டு சந்தியாவைப் பார்க்க, சந்தியா அவள் பேசட்டும் என்பதுபோல் தலையை அசைத்தாள்.

ரேவதி சில விநாடிகள் மவுனமாய் இருந்துவிட்டு பேச்சை ஆரம்பித்தாள். "யமுனா..! உங்களை நான் சில விளம்பரப் படங்களில் பார்த்து இருக்கேன். நீங்க இன்னிக்குக் காலையில மல்டி மீடியா விளம்பரப்பட கம்பெனியில தொடர்ந்து விளம்பரப் படங்களில் நடிக்க ஒப்பந்தம் செய்யப்பட்டு இருக்கீங்க.. இல்லையா..?"

"ஆ... ஆமா.."

"அந்த கம்பெனிக்கு உங்களைக் கூட்டிக்கிட்டுப் போனது யாரு...?"

திவாகர் குறுக்கிட்டான்.

"ஏன்.. நான்தான்..!"

"அந்தக் கம்பெனியைப்பத்தி வெளியே விசாரிச்சீங்களா...?"

"ஏன்..! அந்தக் கம்பெனிக்கு என்ன..?"

"அது ஒரு மோசடி கம்பெனியாம்... பெண்களை வெச்சு நீலப்படங்களை மட்டுமே தயாரிக்கிற கம்பெனியாம்..."

திவாகர் உள்ளுக்குள் அதிர்ந்தாலும், அதை வெளிக்காட்டிக் கொள்ளாமல் கேட்டான்.

"அப்படீன்னு உங்களுக்கு யார் சொன்னது...?"

"சரளா.."

"சரளாவா..?"

"ம்.."

"அப்படி சொல்ற சரளா அந்த கம்பெனியில ஏன் வேலை செய்யணும்..?"

"அது ஒரு மோசடி கம்பெனின்னு போன வாரம்தானே அவளுக்குத் தெரிஞ்சிருக்கு..! உடனே ராஜினாமா கடிதம் எழுதிக் கொடுத்தா அவங்களுக்கு ஏதாவது சந்தேகம் வந்துடுமோன்னு பயந்துதான் மவுனமாய் இருந்திருக்கா... அடுத்த மாசத்துல ஏதாவது ஒரு காரணம் சொல்லி, ரிசைன் பண்ணிடலாம்ன்னு நினைச்சிட்டிருக்கும்போதுதான் யமுனாவை நீங்க அங்கே கூட்டிட்டுப் போயிருக்கீங்க. அந்த விளம்பரக் கம்பெனியில வெச்சே யமுனா கையில ஒரு துண்டுசீட்டை திணிச்சி சரளா எச்சரிக்கை பண்ணியிருக்கா..."

திவாகரின் அதிர்ச்சி அதிகமாயிற்று.

யமுனாவிடம் திரும்பினான்.

"என்ன யமுனா.. இவங்க சொல்றது உண்மையா? அந்த சரளா உன்கிட்டே துண்டுசீட்டு கொடுத்தாளா...?"

"ஆ... ஆமா..." என்று தலையசைத்த யமுனா, தலையைக் குனிந்துகொள்ள.. சந்தியா குறுக்கிட்டு தொடர்ந்தாள்.

"திவாகர்! அந்த துண்டுச்சீட்டு விவகாரம் எனக்குத் தெரியும். யமுனா என்கிட்டே சொல்லி, அந்த துண்டுச்சீட்டை காட்டினா, அந்த சீட்டில் சரளா எழுதியிருந்த வாசகம் இதுதான். 'யமுனா! நீ நினைத்துக்கொண்டு இருப்பதுபோல் இது சொர்க்கம் இல்லை. நரகம். மேற்கொண்டு விபரம் தெரிந்து கொள்ள அன்னை நகரில் உள்ள என் வீட்டுக்கு வரவும் - சரளா'ன்னு எழுதியிருந்தா..."

திவாகர் கோபமாய் யமுனாவை ஏறிட்டான்.

"என்ன யமுனா... எனக்குத் தெரியாமலே என்னென்னமோ நடந்திருக்கு... என்கிட்டே சொல்லி யிருக்கலாமே..."

"சாரி திவாகர்! அந்த மல்டி மீடியா கம்பெனியைப் பத்தி நீங்க ரொம்பவும் உயர்வாய் நினைச்சுட்டு இருந்தீங்க... அதுதான் எதுவுமே சொல்ல முடியல... உங்ககிட்ட எல்லாத்தையும் சொல்லிடும்படி சந்தியாவும் சொன்னா...எனக்குத்தான் மனசு கேட்கல..."

"சரி.. சரளாவைப் போய் நீ பார்த்தியா...?"

"ம்.. நானும், சந்தியாவும் போய் பார்த்தோம்...போன இடத்துல ஒரு விபரீதம்..."

"விபரீதமா...?"

"ஆமா! சரளா எங்க ரெண்டு பேரையும் உள்ள வரச் சொல்லி, உட்கார வெச்சுட்டு... சமையல் அறைக்குள்ள போனா... உள்ளே போனவளை யாரோ கொலை பண்ணிட்டாங்க..."

"எ.. எ... என்னது.. கொலையா...?"

ரேவதி குறுக்கிட்டாள்.

"நான் இப்போ சரளா வீட்டுக்குப் போயிட்டுத்தான் வர்றேன். வாசல்ல போலீஸ் ஜீப்பும், ஜனங்களோட கும்பலும் தெரிஞ்சுது... போய் என்னன்னு விசாரிச்ச போதுதான், சரளா கொலையான விஷயம் தெரிஞ்சது... எனக்கு இன்னும் மூணு மாசத்துல கல்யாணம் நடக்க இருக்கிற காரணத்தால போலீஸ் விவகாரங்கள்ல சிக்க விரும்பல... யமுனாவைப்பத்தி சரளா என்கிட்ட சொல்லி இருந்ததால அவங்களை எச்சரிக்கை பண்ண வந்தேன்."

யமுனா, ரேவதியிடம் கேட்டாள். "சரளா கொலை செய்யப்பட்ட விபரம் அதுக்குள்ள எப்படி போலீஸ்க்கு தெரிஞ்சுது...?"

"பக்கத்து வீட்டு பொண்ணு ஒருத்தி சர்க்கரையோ, காஃபி பொடியோ ஓசி கேட்கிறதுக்காக வீட்டுக்குள் போயிருக்கா... சரளா கிடந்த கோலத்தைப் பார்த்துட்டு, சத்தம் போட்டுத் தெருவையே கூட்டிட்டா... பக்கத்து தெருவுலதான் போலீஸ் ஸ்டேஷன்... உடனே வந்துட்டாங்க..."

திவாகர் - சந்தியாவையும், யமுனாவையும் பார்த்தான்.

"சரளா கொலை செய்யப்படும்போது நீங்க ரெண்டு பேரும் அவ வீட்டுல இருந்திருக்கீங்க! உங்களை அக்கம் பக்கத்துல இருக்கிறவங்க யாரும் பாக்கலையா?"

"இல்ல...

"சரளா வீட்டுக்கு நீ உன் ஸ்கூட்டரில்தானே போனே..."

"ஆமா...

"வீட்டு வாசலில் நிறுத்தியிருந்த உன் ஸ்கூட்டரை யாராவது பார்த்து நம்பரை குறிச்சு இருந்தா..."

ரேவதி இடைமறித்தாள்.

"இதோ பாருங்க திவாகர்! சரளா என்ன காரணத்துக்காக கொலை செய்யப்பட்டிருந்தாலும் சரி, இனிமே அதைப்பத்தி கவலைப்பட்டு ஒரு யூஸ்ஸும் இல்லை. நீங்களும், யமுனாவும் அந்த மல்டி மீடியா விளம்பரக் கம்பெனியிடம் ஜாக்கிரதையாய் இருக்கணும். யமுனாவை அந்த கும்பல்கிட்டேயிருந்து காப்பாத்தத்தான் சரளா தன் உயிரை தியாகம் பண்ணியிருக்கா...!"

திவாகர் பலமாய் தலையை ஆட்டி மறுத்தான்.

"இல்லை ரேவதி...! சரளாவுக்கு அந்த மல்டி மீடியா கம்பெனியைப்பத்தி சரியா தெரியலைன்னு நினைக்கிறேன்... அவளுக்கு யாரோ தப்பான தகவல்களைக் கொடுத்து இருக்கணும். பெண்களுக்கு நல்ல மரியாதை தர்ற கம்பெனி அது! எனக்கு அந்தக் கம்பெனியைப்பத்தி நல்லமுறையில் தெரிஞ்ச காரணத்தால்தான் யமுனாவைக் கூட்டிகிட்டு போனேன். எனக்கு மனைவியா வரப்போற ஒரு பெண்ணை மோசமான படங்களை எடுக்கக் கூடிய விளம்பரக் கம்பெனிக்கு கூட்டிகிட்டு போவேனா... அது ஒரு சர்வதேச தரம் வாய்ந்த கம்பெனின்னு உறுதியாய் தெரிஞ்ச பின்னாடி யமுனாவை கூட்டிகிட்டுபோய், விளம்பர ஒப்பந்தத்தில் கையெழுத்து போடச்

சொன்னேன். அந்த கம்பெனியோட ஜி.எம். சந்திரசேகர் ஒரு தங்கமான மனிதர், செய்யக்கூடிய வேலையை தெய்வமாய் நினைப்பவர். அவருக்கு யமுனாவை ரொம்பவும் பிடிச்சிருந்தது. அவர் ஒண்ணும் தப்பான மனிதர் கிடையாது..."

ரேவதி தன் தோள்களைக் குலுக்கினாள்.

"சரி திவாகர் நான் சொல்ல வேண்டியதை சொல்லிட்டேன். அதுக்குமேல உங்க இஷ்டம். நான் வர்றேன்..."

ரேவதி சொல்லிவிட்டு, வீட்டைவிட்டு வேகமாய் வெளியேறிப் போனாள்.

ரேவதி வெளியேறிய பின்பு சில விநாடிகள்வரை மௌனமாய் இருந்த திவாகர், பின் யமுனாவை ஏறிட்டான்.

"யமுனா! யாரோ என்னவோ சொல்லிட்டுப் போகட்டும். நீ எதைப்பத்தியும் கவலைப்படாதே. அந்த மல்டி மீடியா கம்பெனியில் நீ நடிக்க ஒப்பந்தமானது யாருக்கோ பிடிக்கல...அதான் இப்படியெல்லாம் பண்ணிட்டிருக்காங்க."

"இல்ல திவாகர்.. இதுல ஏதோ உண்மை இருக்கப்போய்தான் சரளா கொலை செய்யப்பட்டிருக்கா. எனக்கு அந்த விளம்பரக் கம்பெனியோட ஒப்பந்தம் வேண்டாம். அவங்க கொடுத்த செக்கை திரும்பி கொடுத்துட்டு வந்துடலாம்..."

"என்ன யமுனா.. இப்படி சொல்றே? அதிர்ஷ்டலட்சுமி உன்னைத் தேடி வர்ற நேரம் இது. இப்பபோய் கதவை சாத்தலாம்ன்னு சொல்றது என்ன நியாயம்..."

"வேண்டாம் திவாகர்... நமக்கு பணம் முக்கியமில்ல.

மனநிம்மதிதான் முக்கியம். அந்த விளம்பரக் கம்பெனி வேண்டாம்.”

“கம்பெனியோட ஜி.எம். சந்திரசேகர் காரணம் கேட்டா என்ன சொல்றது...”

“எனக்கு நடிக்க இஷ்டமில்லைன்னு சொல்லிடுங்க.”

“ஏன் இஷ்டமில்லைன்னு காரணம் கேட்பாரு...?”

“இதோ பாருங்க திவாகர்... அவர் அப்படியொரு கேள்வி கேட்டா அந்த கேள்விக்கான பதிலை நான் சொல்லிக்கிறேன். ம்.. புறப்படுங்க. செக்கைக் கொண்டுபோய் கொடுத்துட்டு வந்துடலாம்...”

“எதுக்கும் யோசனை பண்ணி..”

“இப்ப நீங்க வரப்போறீங்களா.. இல்ல... நானே அந்த கம்பெனிக்கு புறப்பட்டுப் போகட்டுமா திவாகர்...?”

திவாகர் இறுகிப்போன முகத்தோடு தலையாட்டினான்.

“சரி... கிளம்பு.”

யமுனாவும், திவாகரும் அண்ணா சாலையில் இருந்த அந்த மல்டி மீடியா விளம்பரக் கம்பெனிக்குப் போய் சேர்ந்தபோது இரவு எட்டு மணி.

கம்பெனியில் யாருமில்லை. டெலிபோன் ஆப்ரேட்டராக பணிபுரிந்து கொண்டிருந்த அந்த இளைஞன் மட்டும் பார்வைக்கு கிடைத்தான். இரண்டு பேர்களைப் பார்த்ததும் நெற்றியைச் சுருக்கினான்.

“வாங்க...”

“ஜி.எம்.சந்திரசேகர் இருக்காரா?”

“இருக்கார். நீங்க...?”

"என் பேர் திவாகர். அவரைப் பார்க்கணும். யமுனாவோடு வந்திருக்கேன்னு சொல்லுங்க. உடனே தன் அறைக்கு வரச்சொல்லுவார்..."

ஆப்ரேட்டர் இளைஞன் தயக்கத்தோடு தனக்கு முன்பாய் இருந்த தொலைபேசி ரிஸீவரை எடுத்து, மூன்றாவது மாடியில் இருந்த ஜி.எம். சந்திரசேகரை தொடர்பு கொண்டு பேசினான். பிறகு திவாகரை ஏறிட்டான்.

"சார்...! ஜி.எம். உங்களை மட்டும் மொதல்ல அவரோட ரூமுக்கு வரச்சொன்னார்... மேடம் இங்கே உட்கார்ந்து இருக்கட்டும்..."

யமுனா அங்கிருந்த நாற்காலி ஒன்றில் உட்கார்ந்து கொள்ள, திவாகர் லிப்டில் மூன்றாவது மாடிக்கு பயணமாகி, ஜி.எம். சந்திரசேகரின் அறைக்குள் நுழைந்தான்.

சந்திரசேகர் குழப்பப் பார்வையோடு திவாகரை ஏறிட்டார்.

"என்ன பிரச்னை... திவாகர்?"

"சார்! நம்ம விளம்பரக் கம்பெனியோட உண்மையான சொரூபம் யமுனாவுக்கு தெரிஞ்சுடுச்சு...!"

"எ... எ... எப்படி?"

திவாகர் சில நிமிடங்களை செலவழித்து, சரளா விவகாரத்தை சொல்லி முடிக்க, சந்திரசேகரின் முகம் கோபத்துக்குப் போயிற்று. பற்களைக் கடித்தார்.

"செக்கைத் திருப்பிக் கொடுக்க வந்திருக்காளா...?"

"ஆமா.. சார்.."

"இனி அவ இந்தக் கட்டிடத்தைவிட்டு கற்போடும், உயிரோடும் வெளியே போகக்கூடாது. நீ என்ன சொல்றே...?"

திவாகர் உதடு பிரியாமல் சிரித்துவிட்டு சொன்னான்.

"நான் என்ன நினைச்சேனோ அதைத்தான் நீங்களும் சொல்லி இருக்கீங்க சார்...!"

6

திவாகர் சொன்னதைக் கேட்டு, சந்திரசேகர் கபடமாய்ப் புன்னகைத்தார்.

"திவாகர்! யமுனா உன்கூட கிளம்பி வந்தது வேறு யாருக்காவது தெரியுமா?"

"இவளோட தோழி சந்தியாவுக்குத் தெரியும்..."

"நாளைக்கு அந்த சந்தியா உன்னைப் பார்த்து யமுனா எங்கேன்னு கேட்டா, நீ என்ன பதிலை சொல்லி சமாளிப்பே...?"

திவாகர் உதடு பிரியாமல் சிரித்தான்.

"கைவசம் நிறைய பொய்கள் இருக்கு சார். அதுல ஏதாவது ஒண்ணை சொல்லிட்டு அவகூட சேர்ந்து யமுனாவை தேட ஆரம்பிச்சுட வேண்டியதுதான்"

"அந்த பொய் நம்பற மாதிரி இருக்கணுமே...?"

"இருக்கும் சார். இதுவரைக்கும் எத்தனை பெண்களை, எவ்வளவு பொய் சொல்லி ஏமாத்தியிருக்கேன்..! இதெல்லாம் ஒரு பெரிய விஷயமே கிடையாது... எல்லாத்தையும் நான் பார்த்துக்கிறேன் சார்..."

"சரி! யமுனா கீழேதானே இருக்கா...?"

"ஆமா சார்..."

"போய்க் கூட்டிக்கிட்டு வா.. நான் அவகிட்டே சமாதானமாய் பேசிட்டிருக்கும்போதே நீ இந்த மயக்க மருந்து ஸ்பிரேயை உபயோகப்படுத்தி அவளை மயக்கத்துக்குக் கொண்டு போகணும்..." சந்திரசேகர் சொல்லிக்கொண்டே தன் மேஜை ட்ராயரைத் திறந்து, கைக்கு அடக்கமாய் இருந்த அந்த மயக்க மருந்து ஸ்பிரேயை எடுத்துக் கொடுத்தார்.

வாங்கிக்கொண்ட திவாகர் அதை பேண்ட் பாக்கெட்டில் பத்திரப்படுத்திக் கொண்டு, அறை யினின்றும் வெளிப்பட்டான்.

லிப்டில் இறங்கி கீழே வந்தான். கண்களில் அதிர்ச்சி பரவியது.

யமுனா உட்கார்ந்திருந்த இடம் காலியாய் இருந்தது.

பக்கத்து அறையில் உட்கார்ந்து புத்தகம் ஒன்றை படித்துக் கொண்டிருந்த டெலிபோன் ஆப்ரேட்டரை நோக்கிப் போனான் திவாகர்.

பதட்டமாய் கேட்டான். "இங்கே உட்கார்ந்திருந்த பொண்ணு எங்கே...?"

ஆப்ரேட்டர் நிமிர்ந்தான்.

"உங்களோட வந்த பொண்ணா சார்...? நீங்க மாடிக்குப்போன கொஞ்ச நேரத்திலே அவங்களும் லிப்டில் ஏறி மேல வந்தாங்க... நீங்க பார்க்கலையா சார்...?"

"என்னது... லிப்ட்டில் ஏறி மாடிக்கு வந்தாங்களா...?"

"ஆமா சார்... நீங்கதான் கூப்பிட்டிருப்பீங்களோன்னு நினைச்சுட்டேன்."

திவாகரின் முகத்தில் பய வியர்வை அரும்பியது.

தொண்டை காய்ந்து போயிருக்க கேட்டான்.

"மாடிக்குப் போனவங்க திரும்பி வரலையா...?"

"நான் பார்க்கலை சார்.. மும்பையிலிருந்து ஒரு முக்கியமான போன் வந்தது. அதை பேசிட்டிருந்தேன்..."

"ச்சே!" என்று கத்திய திவாகர். இடது உள்ளங்கையில் வலக்கை முஷ்டியைக் குத்திக் கொண்டான்.

"ஏன் சார்.. ஏதாவது பிரச்சினையா...?"

அவன் கேட்ட கேள்விக்கு பதில் சொல்லாமல், மறுபடியும் லிப்ட்டை நோக்கி ஓடினான் திவாகர்.

லிப்டில் உயர்ந்தது. மூன்றாவது மாடியில் இருந்த சந்திரசேகரின் அறைக்குள் புயலாய் நுழைந்தான்.

தண்ணீரை கண்ணாடி டம்ளரில் ஊற்றிக் கொண்டிருந்த சந்திரசேகர் நிமிர்ந்தார்.

"என்ன திவாகர்? ஏன் இவ்வளவு பதற்றமாய் இருக்கீங்க...?"

"ச.. சா.. சார்! யமுனா கீழே வரவேற்பறையில இல்லை..."

"எ.. ன்.. ன.. து! இல்லையா...?"

"ஆமா சார்... நான் உங்களைப் பார்க்க மாடிக்கு வந்தபோதே அவளும் என் பின்னாலே வந்தாளாம். டெலிபோன் ஆப்ரேட்டர் சொன்னார்..."

"அப்படீன்னா.. அவ உங்களை நம்பலை...?"

"ஆமா! நீங்களும் நானும் என்ன பேசுறோம்ன்னு ஒட்டு கேட்கிறதுக்காக வந்திருக்கா சார்..."

"இப்ப அவ எங்கே...?"

"நாம பேசினதைக் கேட்டு வெளியே போயிருக்கலாம்ன்னு நினைக்கிறேன் சார்."

"என்ன திவாகர்... இது? நாம ஒண்ணு நினைச்சா அது நேர்மாறாய் நடக்குது..."

"சார்! நீங்க எதுக்கும் கவலைப்படாதீங்க.. யமுனாவுக்கு உண்மை தெரிஞ்சிருந்தாலும் அவ போலீஸ்க்கெல்லாம் போயிடமாட்டா. அவளுக்கு ரொம்பவும் பயந்த சுபாவம்..."

சந்திரசேகர் சிரித்தார்.

"திவாகர்! எனக்கு போலீஸ் பத்தியெல்லாம் கவலையே கிடையாது. நம்ம கம்பெனியோட ரகசிய காரியங்களை கண்டுக்காம இருக்கிறதுக்காக மாசா மாசம் உயர் அதிகாரிகளுக்கு லட்சக்கணக்கில் பணம் பட்டுவாடா ஆயிட்டிருக்கு... நம்ம கம்பெனி மேல் யாராவது குற்றச்சாட்டு பதிவு பண்ண எந்த போலீஸ் நிலையத்துக்குப் போனாலும் சரி. அந்த புகார் குப்பை கூடைக்குத்தான் போகும். இது கடந்த அஞ்சு வருஷகாலமாய் நடந்துட்டு வர்ற சம்பிரதாயம். இப்போதைக்கு என் கவலையெல்லாம் என்ன தெரியுமா...?"

"சொல்லுங்க சார்..."

"வெளிநாட்டுப் பார்ட்டிகளுக்கெல்லாம் யமுனாவோட ஆல்பத்தைக் காட்டி, நீலப்பட

கேசட்டுகளை தயாரிச்சு கொடுக்கிறதாய் சொல்லி ஒரு பெரிய தொகையை அட்வான்ஸ் வாங்கிட்டோம். அவங்களுக்கு இப்போ என்ன பதில் சொல்றதுன்னு தெரியலை..."

"நீங்க ஏன் சார் வீணா கவலைப்படறீங்க...? யமுனா இன்னமும் நம்ம கையைவிட்டு போகலை... அவளை எப்படி வழிக்கு கொண்டு வர்றதுன்னு எனக்குத் தெரியும்."

"உண்மை தெரிஞ்ச பிறகு அவ ஒத்துழைப்பு கொடுப்பாளா...?"

"சார்! மயில்கிட்டே போய் 'மயிலே மயிலே... இறகு போடு'ன்னு சொன்னா அது போடாது. நமக்கு மயிலிறகு வேணும்னா பிடுங்கிக்க வேண்டியதுதான்... இனி அவகிட்ட அஹிம்சாமுறை உதவாது சார்... கொஞ்சம் வன்முறையைக் காட்ட வேண்டியது தான்...!"

"திவாகர்..! உன்னால இது முடியுமா..?"

"சார்..! என்னால ஒரு காரியம் முடியாதுன்னா அதை தொடவே மாட்டேன்... யமுனா ஒப்பந்தப் பத்திரத்துல கையெழுத்து போட்டது போட்டதுதான். அவளைக் கண்டிப்பா நாம பயன்படுத்திக்கப் போறோம். நாளைக்குக் காலையில பத்து மணிக்கு, யமுனா இதே கட்டிடத்துல காமிராவுக்குமுன்னாடி, உடம்பைக் காட்டிகிட்டு இருப்பா...!"

"எனக்கு நம்பிக்கை இல்லை..."

திவாகர் சிரித்தான். "நூறு சதவீதம் நம்புங்க சார்...! நாளைக்குக் காலையில பத்து மணிக்கு யமுனாவோட நான் வர்றேன்." சொல்லிவிட்டு வேகமாய் வெளியேறினான் திவாகர்.

லிப்டில் இறங்கி, கட்டிடத்துக்கு வெளியே மோடார் பைக் நிறுத்தியிருந்த இடத்துக்கு வந்ததும், அவனுடைய சட்டைப்பையில் இடம்பிடித்து இருந்த செல்போன் ஒலியை வெளியிட்டது.

எடுத்து அழைப்பது யார் என்று பார்த்தான்.

அறிமுகமில்லாத புது எண். யாராக இருக்கும் என்று யோசித்தபடியே காதுக்குப் பொருத்தி "ஹலோ…" என்று சொல்ல, மறுமுனையில் யமுனாவின் குரல் கேட்டது.

வார்த்தைகளில் மரியாதை காணாமல் போயிருந்தது.

"என்ன திவாகர்…! என்னை அண்ணாசாலை பூராவும் வலை வீசி தேடிக்கிட்டு இருக்கியா..?"

"ய… ய.. யமுனா.. நீயா..? இப்ப எங்கே இருக்கே..?"

"எதுக்கு கேட்கிறே..? மறுபடியும் என்னை அந்த சர்வதேச விளம்பரக் கம்பெனிக்கு கூட்டிட்டுப் போய் புதுசா ஒப்பந்தம் போடுறதுக்கா..?"

"யமுனா..! ஏன் இப்படி கோபமா பேசுறே? உனக்கு என்னாச்சு..? நான் சந்திரசேகர்கிட்டே பேசிட்டு வர்றதுக்குள் நீ ஏன் வெளியே போனே..?"

"இந்தக் கேள்விக்கான பதிலை கொஞ்சம் பச்சையாவே சொல்லட்டுமா..?"

"நீ.. நீ.. என்ன சொல்லப் போறே…?"

"நீ எனக்கு காதலன் இல்லை..! பிம்ப்..! இன்னும் கொஞ்சம் கொச்சையா சொல்லப் போனா மாமா.."

திவாகர் அதிர்ச்சியைக் காட்டிக் கொள்ளாமல் வார்த்தைகளுக்கு சர்க்கரை தடவி பேசினான்.

"யமுனா.. நீ ஏன் இப்படியெல்லாம் பேசுறேன்னு எனக்குப் புரியலை... நீ அந்தக் கம்பெனியைப் பத்தி தப்பா புரிஞ்சுகிட்டேன்னு நினைக்கிறேன்.."

"இல்ல திவாகர்..! நீ ஒரு தப்பான ஆள். அது ஒரு தப்பான கம்பெனின்னு இப்பத்தான் சரியா புரிஞ்சுக்கிட்டேன். நீ என்னை கம்பெனியோட வரவேற்பறையில் தனியா உட்கார வெச்சுட்டு, சந்திரசேகரைப் பார்க்க லிப்டில் ஏறிப்போனப்பதான் என் மனசுக்குள் ஒரு சின்ன சந்தேகப்பொறி. என்னையும் கூட்டிப் போகாமே நீ மட்டும் ஏன் சந்திரசேகரைப் பார்க்கப் போகணும்...? இந்த சந்தேகம் எனக்கு வந்து அடுத்த நிமிஷமே நானும் உன் பின்னாடியே வந்தேன். கதவுக்குப் பக்கமாய் பின்னாடி நின்னுகிட்டு நீயும், அந்த கிழட்டு ஜி.எம்மும் பேசினதை ஒரு வார்த்தை தவறாமே கேட்டேன்..."

திவாகர் அதிர்ச்சியை வெளிப்படுத்தாமல், ஒரு செயற்கை சிரிப்போடு பேசினான்.

"யமுனா...! பெரியவங்க என்ன சொல்லி இருக்காங்க தெரியுமா..? கண்ணால் பார்ப்பதும் பொய், காதால் கேட்பதும் பொய், தீர விசாரிப்பதே மெய்ன்னு சொல்லிட்டுப் போயிருக்காங்க. நீ கதவுக்கு வெளியே நின்னுட்டு, நானும் சந்திரசேகரும் பேசினதை அரையும் குறையுமா கேட்டிருக்கே..! நாங்க உண்மையிலே என்ன பேசிக்கிட்டோம் தெரியுமா..?"

"என்ன... திருக்குறளைப் பத்தி ஆராய்ச்சி பண்ணிட்டிருந்தீங்களா...?"

"இதோ பாரு.. யமுனா..! போனில் பேசிட்டிருந்தா உனக்கு எதுவுமே புரியாது. நீ இப்போ எங்கே இருக்கே சொல்லு.. நாம நேர்ல பேசலாம். எந்த டெலிபோன் பூத்..."

"திவாகர்..! நீ எனக்கு ஒரு உதவி பண்றியா..?"

"சொல்லு... என்ன உதவி..?"

"இனிமே நீ என்னை பார்க்காதே..! அப்படியே தப்பித்தவறி பார்த்துட்டாலும் பேசாதே.. ஒரு வேளை பேசிட்டேன்னு வை.. அதுக்கப்புறம் நான் ஒரு புது செருப்பு வாங்க வேண்டியிருக்கும்...!"

திவாகர் அதுவரை கடைபிடித்து வந்த நிதானத்தை சட்டென்று இழந்தான்.

"ஏய்.. என்னடி..! பெரிய பத்தினி மாதிரி பேசிகிட்டு இருக்கே? நீ யாரு... எப்படிப்பட்டவ... எங்கிருந்து வந்தவள்னு உன் ஜாதகம் பூராவும் எனக்கு தெரியும்டி..! அம்மா, அப்பா பேர் தெரியாத அனாதைக் கழுதை நீ. என்னை செருப்பால அடிப்பியா..? என்ன திமிர்டி.. உனக்கு..?"

"இதோ பார்.. நான் அனாதைக் கழுதைதான்..! ஆனா, உன்னை மாதிரி தரங்கெட்டுப் போயிடலை..! நான் சிவப்பு விளக்குப்பகுதியில் இருந்தது ஒரு மணி நேரம்தான்.. போலீஸ் வந்து என்னை மீட்கிறவரை நான் சுத்தமாய்த்தான் இருந்தேன். இந்த நிமிஷம் வரைக்கும் சுத்தமாத்தான் இருக்கேன். அது உனக்கும் தெரியும். உன் மனசாட்சிக்கும் தெரியும். என் பத்தினித்தனத்துக்கு நீ ஒண்ணும் சர்ட்டிபிகேட் கொடுக்க வேண்டியது இல்லை... என்னைப் பொறுத்தவரைக்கும் நீ இனிமேல் கூவத்தில் மிதந்து போகிற குப்பைக்கு சமம்..."

"ஏய்ய்...!"

"வைய்யிடா போனை..."

யமுனா இரைந்துவிட்டு, ரிஸீவரை மறுமுனையில் கோபமாய் சாத்தினாள்.

யமுனாவின் கோபத்தில் நிலைகுலைந்துபோன திவாகர், இருண்டுபோன முகத்தோடு செல்போனை அணைத்து பாக்கெட்டுக்குள் போட்டுக் கொண்டான்.

யமுனா பேசிய அமில வார்த்தைகள் அவனது இதயத்தை அரிக்கவே, மறுபடியும் விளம்பரக் கம்பெனியின் கட்டிடத்துக்குள் நுழைந்தான்.

வீட்டுக்குப் புறப்பட்டுப்போகும் நிலையில் இருந்த சந்திரசேகர், திவாகரை வியப்பாய்ப் பார்த்தார்.

"என்ன திவாகர்...?"

"சார்...! யமுனா கொஞ்ச நேரத்துக்கு முந்தி ஒரு டெலிபோன் பூத்திலிருந்து என் செல்லுக்கு போன் பண்ணினா..."

"அப்படியா...! என்ன சொன்னா...?"

"நாம ரெண்டு பேரும் பேசினதை ஒட்டுக் கேட்டிருக்கா.."

"நம்ம யூகம் சரிதான்..."

"சார்...! அவ என்னை ரொம்பவும் கேவலமா பேசிட்டா. நான் கூவத்துல மிதந்து போகிற குப்பையாம்...! நாம் இனிமே அவளைப் பார்க்கவோ பேசவோ கூடாதாம்...!"

"சரி... இப்ப என்ன பண்ணலாம்...?"

"எனக்கு ஒண்ணும் புரியலை சார்..."

"யமுனா இங்கே வரணும்னா அதுக்கு ஒரே ஒரு வழிதான் இருக்கு.."

"என்ன வழி சார்?"

திவாகர் கேட்ட கேள்விக்கு பதில் சொல்லாமல், தன்

செல்போனை எடுத்து சில எண்களை அழுத்திவிட்டு, மெல்லிய குரலில் பேசினார்.

"இப்ப.. நீ எங்கே இருக்கே..?"

".........."

"உடனே புறப்பட்டு வா"

"......."

செல்போனை அணைத்துவிட்டு சந்திரசேகர், திவாகரை புன்னகையோடு பார்த்தார்.

"வரப்போறது யார் தெரியுமா...?"

"யார் சார்..?"

"பத்து நிமிஷம் பொறு..! உனக்கே தெரியும்.."

திவாகர் காத்திருந்தான்.

சரியாய் பத்து நிமிடம்!

கதவைத் திறந்துகொண்டு உள்ளே வந்தாள், யமுனாவின் தோழி சந்தியா!

7

திவாகரை வியப்பு புரட்டிப் போட்டது. இரண்டு நுரையீரல்களும் காற்றுக்காகத் தவிக்க, சந்தியாவையே இமைக்காமல் பார்த்தான்.

சந்திரசேகர் கண் சிமிட்டி சிரித்தார்.

அவனை நெருங்கி தோளைத் தட்டினார்.

"என்ன திவாகர்! இப்படி பார்க்கிறே...?"

"சா... சார்! இந்த சந்தியாவை உங்களுக்கு எப்படி... தெ... தெ... தெரியும்...?

திவாகர் திக்கியபடி கேட்க, அவர் பலமாச் சிரித்தார்.

"திவாகர்! நான் ஒரு விஷயத்தை வெளிப்படையாய் சொன்னா... உனக்கு கோபம் வராதே...?"

"சொல்லுங்க சார்..."

"ஒரு காரியம் வெற்றிகரமாய் முடியணும்ன்னா குறிப்பிட்ட ஒருத்தரை மட்டும் நான் நம்பமாட்டேன். இன்னொரு நபரையும் தயார் பண்ணிக்குவேன். அந்த வகையில் தயார் செய்யப்பட்டவள்தான் சந்தியா. ஒருவேளை உன்னால யமுனாவை வீழ்த்த முடியாதபட்சத்தில் நான் பணத்தை இழந்துட்டு

கைகளைப் பிசைஞ்சுட்டு இருக்க முடியாதே...! அதனாலதான் சந்தியாவோடு ஒரு அண்டர் கிரௌண்ட் ஒப்பந்தம் போட்டுகிட்டேன். அந்த ஒப்பந்தத்தோட மதிப்பு ரெண்டு லட்ச ரூபாய்...! நீ யமுனாவை கோட்டை விட்டாலும், சந்தியாவால யமுனாவை சுலபமாய் கொண்டுட்டு வரமுடியும்...!"

திவாகர் இன்னமும் வியப்பிலிருந்து விடுபடாமல் இருக்க, சந்தியா ஒரு பெரிய புன்னகையோடு அவனுக்கு முன்பாய் வந்து நின்றாள்.

"இந்த விஷயத்தில் நீயும் நானும் பார்ட்னர்ஸ்...! நீ நினைக்கிற மாதிரி யமுனா சாதாரண பொண்ணு கிடையாது! கற்பு விஷயத்திலும் அவள் பயங்கர ஸ்ட்ராங்...! அவளை வீழ்த்த ஒரு ஆணால் முடியாது. ஒரு பெண்ணால்தான் முடியும். அந்தப் பெண் வேறு யாருமில்லை... நான்தான்!"

திவாகரின் முகம் மெல்ல மெல்ல இயல்பு நிலைமைக்கு திரும்பியது. உதட்டில் சிரிப்பு பரவியது.

"ஓ.கே. சந்தியா...! என்னோட வலையிலிருந்து தப்பிச்சுட்ட யமுனா, உன்னோட வலையிலிருந்து இன்னும் தப்பிக்கலை... யமுனா உன்னைத் தெரிஞ் சுக்கிறதுக்கு முன்னாடி, அவளை நீ கொண்டு வரணும். அவளை எப்படி இங்கே கொண்டு வரப் போறே...?"

"அது ஒரு பெரிய விஷயமே கிடையாது திவாகர். நானும் யமுனாவும் ஒரே வீட்டில்தான் தங்கியிருக்கோம்... அவ சாப்பிடுற பாலில் ஒரு ஸ்பூன் மயக்க மருந்தைக் கலந்தா போதும். எட்டு மணி நேரத்துக்கு அவ ஒரு மரக்கட்டை. இஷ்டத்துக்கு அவளை உபயோகம் பண்ணிட்டு, திரும்பவும் வீட்டுக்கே கொண்டு வந்து

படுக்க வெச்சுடலாம். காலையில கண்விழிக்கும்போது அவளுக்கு எதுவுமே ஞாபகம் வராது..."

திவாகர், சந்திரசேகரிடம் திரும்பினான்.

"என்ன சார் இது...? இவ்வளவு சுலபமாய் யமுனாவை மடக்க ஒரு திட்டம் இருக்கும்போது என்னோட உதவியை எதுக்காக எதிர்பார்த்தீங்க...? சந்தியா மூலமாகவே யமுனாவை இந்த இடத்துக்கு கொண்டு வந்து இருக்கலாமே...!"

"நீ சொல்றது சரிதான் திவாகர்...! ஆனா, உன்கூட பேசி முடிவு பண்ணின பிறகுதான் சந்தியாவையும் இந்த திட்டத்துக்கு உபயோகப்படுத்திகிட்டா என்னனு என் மனசுக்கு தோணிச்சு. ஒரு பெண்ணை நம்பி காரியத்துல இறங்கறதா... வேண்டாமான்னு மனசுக்குள்ளே ஒரே போராட்டமாய் இருந்துச்சு... பணத்துக்கு ஆசைப்படாத பெண்ணாய் சந்தியா இருந்துட்டா... யமுனாவோட காதுக்கு விஷயம் போயிடுமோன்னு பயந்தேன். கடைசியில் ரெண்டு நாளைக்கு முன்னாடிதான் சந்தியாவை தனிமையில சந்திச்சுப் பேசினேன். நான் பயந்தமாதிரி சந்தியா இல்லை... 'பணம் ரெண்டு லட்சத்தைக் கொடுத்தா உங்க திட்டத்துக்கு உதவி பண்றேன். யமுனா என்ன குடும்பப் பொண்ணா...? மும்பை சிவப்பு விளக்குப் பகுதியில் இருந்தவதானே...? ஆத்துல போற தண்ணியை யார் குடிச்சா என்னா'ன்னு சொல்லி, நம்ம திட்டத்துக்கு பச்சைக்கொடி காட்டிட்டா...!"

சந்தியா சிரித்தாள்.

"சார்.. இந்த உலகத்துல என்னைப் பொறுத்தவரைக்கும் பணத்தைத் தவிர வேறு எதுவுமே பிரதானம் இல்லை... பாவம் புண்ணியம், நல்லது கெட்டது இந்த வார்த்தைகளுக்கெல்லாம் அர்த்தமே

கிடையாது. யமுனா விஷயத்தில உங்களுக்கு என்ன உதவியை வேணும்ன்னாலும் பண்ணத் தயாராய் இருக்கேன். ஆனா, போலீஸ் மூலமாய் எந்த ஆபத்தும் எனக்கு வராமே பார்த்துக்க வேண்டியது உங்க பொறுப்பு...!”

சந்திரசேகர் அண்ணாந்து சிரித்துவிட்டு சொன்னார்.

“இதோ பார் சந்தியா! உன்னை முதல் தடவையாய் பார்த்து பேசும்போதும் சொன்னேன். இப்பவும் சொல்றேன். இந்த விளம்பரக் கம்பெனிக்குள்ளே என்ன நடந்தாலும் சரி. போலீஸ் எட்டிக்கூட பார்க்கமாட்டாங்க. நேத்து ராத்திரி நம்ம கம்பெனிக்கு சொந்தமான கெஸ்ட் ஹவுஸ்ல உதவி போலீஸ் கமிஷனர் ஒருத்தரும், ஒரு நடிகையும் விடியும்வரைக்கும் கொட்டமடிச்சுட்டு போனாங்க... இது எத்தனை பேருக்குத் தெரியும்...?”

சந்தியா குறுக்கிட்டாள்.

“சார்.. நான் ஒரு கேள்வி கேட்கலாமா...?”

“என்ன...?”

“உங்க கம்பெனியில வேலை பார்த்துட்டிருந்த சரளாவை கொலை பண்ணினது யார்...? நானும், யமுனாவும் அந்த வீட்டில இருக்கும்போதே அந்தக் கொலை நடந்துச்சு... சரளா, யமுனாவுக்கு லெட்டர் எழுதிக் கொடுத்தது உங்களுக்குத் தெரியுமா...?”

“தெரியாது சந்தியா...! சரளா ஒரு நம்பிக்கைத் துரோகியாய் இருப்பாள்னு நான் கொஞ்சமும் எதிர்பார்க்கலை. அவளோட துரோகம் முன்னோடியே தெரிஞ்சிருந்தா அவளோட கதையை எப்பவோ முடிச்சிருப்பேன். கொஞ்ச நேரத்துக்கு முந்திதான் போலீஸ் கமிஷனர்கூட எனக்கு போன் பண்ணி ‘உங்க

கம்பெனியில் வேலை பார்த்துக்கிட்டிருந்த சரளாங்கிற பெண் கொலை செய்யப்பட்டிருக்கா. அது நம்ம கம்பெனியோட கைங்கரியமாய் இருந்தா கேஸை தற்கொலை கேஸா மாத்திடலாம்ன்னு நினைக்கிறேன். உங்க அபிப்பிராயம் என்ன?'ன்னு கேட்டார். சரளாவோட கொலை நம்ம கம்பெனியோடு சம்பந்தப்பட்டது கிடையாது. நீங்க கொலையாளியைத் தேடலாம்ன்னு சொல்லிட்டேன்..."

"சரி... நம்ம திட்டத்தோட அடுத்த கட்டம் என்ன சார்...? சந்தியா மூலமா யமுனாவை நாளைக்கே கொண்டுவந்து உபயோகப்படுத்திக்கலாமா...?" திவாகர் கேட்க, சந்திரசேகர் கையமர்த்தினார்.

"பொறு திவாகர்! யமுனா இப்போது ஒரு உசுப்பப்பட்ட பெண் புலி. உன் பேர்லேயும், நம்ம கம்பெனி பேர்லேயும் ரொம்பவும் கோபமாய் இருப்பா... அந்த கோபத்தை அவ எப்படி வெளிப்படுத்தப் போறாங்கிறதை பொறுத்திருந்து பார்க்கணும். அவளோட செயல்பாடுகளைப் பற்றி தெரிஞ்சுக்க நமக்கு இருக்கிற ஒரே வழி சந்தியாதான்...! இனிமே நீ அவளைப் போய்ப் பார்க்காதே! ரெண்டு மூணு நாள் போகட்டும். அதுக்கப்புறமா நம்ம திட்டத்தை கையில் எடுப்போம்...!" என்று சொன்ன சந்திரசேகர், சந்தியாவிடம் திரும்பினார்.

"சந்தியா...! நீ வீட்டுக்கு கிளம்பு! யமுனா இந்நேரம் வீட்டில் உனக்காக காத்துட்டிருப்பா... உன்னைப் பார்த்ததுமே அவளுக்கு அழுகை வரும். திவாகர் மேல இருக்கிற கோபத்தையெல்லாம் கொட்டித் தீர்ப்பா... அவளுக்கு ஆறுதல் சொல்லு... மேற்கொண்டு இந்த விவகாரத்தில் அவ என்ன நடவடிக்கை எடுக்கப் போறாங்கிறதையும் தெரிஞ்சுக்க. அதுக்கப்புறம் ஒரு

நாளை முடிவு பண்ணி உன் மூலமா அவளை இங்கே கொண்டு வந்துடலாம்...!"

சந்தியா தலையாட்டிவிட்டு, அறைக்கதவை நோக்கி நடந்தாள்.

அதேவினாடி அவளுடைய செல்போன் குரல் கொடுத்தது.

எடுத்து காதுக்குப் பொருத்தினாள். மெல்ல குரல் கொடுத்தாள்.

"ஹலோ... யாரு...?"

மறுமுனையில் பதட்டமாய் குரல் கேட்டது.

"சந்தியா...! நான்தான் யமுனா.."

"யமுனா... எங்கிருந்து பேசுறே...?"

"ஒரு டெலிபோன் பூத்திலிருந்து..."

"சரி.. திவாகரை கூட்டிகிட்டு அந்த விளம்பரக் கம்பெனிக்கு போனியே.. என்னாச்சு?"

"சந்தியா! இந்த உலகத்துல யாரையுமே நம்பமுடியலை..."

"என்ன... ஏதாவது பிரச்னையா...?"

"சந்தியா! திவாகர் ஒரு ஃப்ராட்.. பச்சையா சொல்லப்போனா அவன் ஒரு பொம்பளை பொறுக்கி..."

"நீ.. நீ.. என்ன சொல்றே யமுனா...?"

"போன்ல விளக்கமா பேச முடியாது. நீ இப்போ எங்க இருக்கே...? வீட்டுலேயா... வெளியேவா...?"

"வீ...வீ.. வீட்லதான்.. ஏன்?"

"சரி.. நீ உடனே கிளம்பி மயிலாப்பூர் லஸ்

கார்னருக்கு வா. அங்கேயிருக்கிற ஒரு டெலிபோன் பூத்ல உனக்காக வெயிட் பண்ணிட்டிருக்கேன்...!"

"ஏன்.. நீ வீட்டுக்கே வரலாமே...?"

"இல்ல சந்தியா.. ஒரு ரெண்டு நாளைக்கு நான் வீட்டுக்கு வர விரும்பல... நான் வீட்டுக்கு வந்தால அந்த பொறுக்கியும் வருவான்...!"

"யமுனா! நீ பேசுறது ஒண்ணும் எனக்குப் புரியல..."

"நீ மொதல்ல லஸ் கார்னருக்கு வா! எல்லாத்தையும் புரியும்படியா சொல்றேன்..."

"லஸ் கார்னர்ல எங்கே...?"

"கபாலி டிபார்ட்மெண்ட்டல் ஸ்டோர்ஸ் தெரியுமா...?"

"தெரியும்..."

"அங்கேயிருக்கிற டெலிபோன் பூத்திலிருந்து பேசிட்டு இருக்கேன்..."

"நான் வந்துசேர எப்படியும் அரை மணி நேரம் ஆயிடுமே.. பரவாயில்லையா...?"

"பரவாயில்லை ... வா! அப்புறம் ஒரு முக்கியமான விஷயம்.."

"என்ன...?"

"நீ என்னை வந்து சந்திக்கிறது அந்த திவாகருக்கு தெரிய வேண்டாம். அவன் உனக்கு போன்பண்ணி என்னைப்பத்தி ஏதாவது கேட்டாலும் சொல்லாதே! அந்த ராஸ்கலுக்குத் தெரியாமே நான் சில வேலைகளை பண்ண வேண்டியிருக்கு..."

"என்ன யமுனா! நீ பேசுறதைக் கேட்டா எனக்கே பயமாயிருக்கு...!"

"நேரில வா.. எல்லாமே சொல்றேன். லேட் பண்ணாம ஒரு கால்டாக்ஸியைப் பிடிச்சுட்டு வா..."

"சரி..."

சந்தியா செல்போனை அணைத்துவிட்டு சந்திரசேகரையும், திவாகரையும் புன்னகையோடு பார்த்தாள்.

"நம்ம கதாநாயகிதான் பேசினா... மயிலாப்பூர் லஸ்கார்னர்ல எனக்காக வெயிட் பண்றாளாம். திவாகருக்கு தெரியாமே சில வேலைகளை பண்ண வேண்டியிருக்காம்..."

"அது என்னான்னு சொன்னாளா?" திவாகர் வியர்த்த முகமாய்க் கேட்டான்.

"சொல்லல... நேர்ல போய் பேசிப்பார்த்தாத்தான் தெரியும். நான் புறப்படட்டுமா? லேட் பண்ணாமே வரச்சொல்லியிருக்கா..."

"கிளம்பு.. கிளம்பு."

மயிலாப்பூர் லஸ்கார்னர் அந்த முன்னிரவு நேரத்தில் வெளிச்சமாய் போக்குவரத்து நெரிசலோடு தெரிந்தது.

ஆட்டோவினின்றும் இறங்கிக் கொண்ட சந்தியா, நியான் எழுத்துகளில் மின்னிக் கொண்டிருந்த கபாலி டிபார்ட்மெண்டல் ஸ்டோரை நோக்கிப் போனாள்.

நடைபாதை வியாபாரிகள் பலூனிலிருந்து, செல்போன் வரைக்கும் சகலத்தையும் விற்று, காசு பார்த்துக் கொண்டிருந்தார்கள்.

நெரிசலில் இடிபடாமல் நடந்து டிபார்ட்மெண்ட்டல் ஸ்டோரை நெருங்கியவள், டெலிபோன் பூத்தைத் தேடினாள்.

பார்வைக்கு கிடைத்தது.

பூத்துக்குள் ஒரு பெரியவர் பேசிக் கொண்டிருந்தார்.

'யமுனா எங்கே...?'

சுற்றும்முற்றும் பார்த்தாள்.

யமுனா பார்வைக்கு கிடைக்கவில்லை.

'இந்த டெலிபோன் பூத் தானா...?'

'இல்லை வேறு ஏதாவதா...?'

'கபாலி டிபார்ட்மண்டல் ஸ்டோர்ன்னுதானே சொன்னாள்?'

சந்தியா தன் வாட்ச்சைப் பார்த்தாள்.

நேரம் 9.15

'எங்கே போனாள் இவள்...?'

சந்தியா பதட்டமாய் விரல் நகம் கடித்து, சுற்றும் முற்றும் பார்த்துக் கொண்டிருக்கும்போதே அவளுடைய இடது கை மணிக்கட்டை யாரோ இறுகப் பற்றினார்கள்.

சந்தியா திரும்பினாள். முகத்தில் திகைப்பு பரவியது.

8

தன் மணிக்கட்டைப் பிடித்தபடி நின்றிருந்த பர்தா அணிந்த அந்த முஸ்லிம் பெண்ணை, திகைப்பாய் பார்த்தாள் சந்தியா.

குரல் தொண்டையில் இடறியது.

"நீ.. நீங்க...?"

"பயப்படாதே... சந்தியா..! நான் யமுனாதான்."

"என்ன இது.. வேஷம்..?"

"வேஷம்தான்..! ஒரு பாதுகாப்புக்காக இந்த பர்தா போட்டிருக்கேன். வா.. போகலாம்.."

"எங்கே..?"

"சொல்றேன்.."

யமுனா, சந்தியாவின் கையைப் பிடித்தபடி, பிளாட்பாரத்தில் நடந்தாள். வேகமான நடை.

அவளுடைய வேகத்துக்கு ஈடு கொடுத்து நடந்த சந்தியா, ஒன்றும் தெரியாததுபோல முகத்தை வைத்துக் கொண்டு கேட்டாள்.

"யமுனா..! அந்த விளம்பரக் கம்பெனியில என்னதான் நடந்துச்சு...? திவாகரை பொம்பளை பொறுக்கின்னு சொன்னியே ஏன்...?"

"சந்தியா..! திவாகர் என் கழுத்துல தாலியைக் கட்டி, மனைவியா காலம் பூராவும் காப்பாத்துவான்னு நினைச்சேன். ஆனா.. அவன் மாமா வேலை பார்க்க ஆரம்பிச்சுட்டான். பொம்பளை பொறுக்கி. என்னோட உடம்பை வியாபார பொருளாக்கி சந்தையில பேச ஆரமபிச்சுட்டான்..."

"அ... அ... அப்படியா...?"

"அந்த விளம்பர நிறுவனமும் ஒரு மோசடிக் கம்பெனி...!"

"அது ஒரு மோசடி நிறுவனம்னு தெரிஞ்சிருந்தா போலீஸ் விட்டு வைக்காதே.."

"போலீஸ் துறையில இருக்கிற உயர் அதிகாரிகள் எல்லோருமே இந்த விளம்பரக் கம்பெனியோடு நெருங்கிய தொடர்பு வெச்சிருக்காங்க... சந்தியா... அது தவிர அரசியல்வாதிகளோட ஆதரவும் அமோகமாய் இருக்கு. என்னை மாதிரி ஒரு சாதாரண பொண்ணாலே அந்தக் கம்பெனியை எதிர்த்து நிக்க முடியாது...!"

"சரி.. இப்ப என்ன பண்ணப்போறே...?"

"போலீஸையும், அரசியல்வாதிகளையும் நம்பாமே நான், மனித உரிமைக் கமிஷனுக்குப் போலாம்ன்னு இருக்கேன். இது ஒண்ணுதான் இன்றைக்கு இருக்கிற அமைப்புகளிலேயே பாதுகாப்பானது. ஒரு பெண் எந்த வகையிலும் பாதிக்கப்பட்டாலும் சரி அந்த பெண்ணுக்கு ஆதரவாக குரல் கொடுக்கக்கூடிய ஒரே அமைப்பு மனித உரிமை கமிஷன்தான். இந்த கமிஷனோட தலைவர் ஒரு ஆண் கிடையாது. அவங்க பேரு காயத்திரிதேவி. மந்திரங்களில் காயத்திரி மந்திரம் உயர்வானது. அந்த மந்திரத்தை உச்சரிக்கிறவர்களுக்கு

வாழ்க்கையில் பிரச்சினை வராது. அதேமாதிரி மனித உரிமை கமிஷன் தலைவர் காயத்திரிதேவிகிட்டே ஒரு பிரச்னையைக் கொண்டு போயிட்டா... அந்தப் பிரச்னை எப்பேர்ப்பட்டதாய் இருந்தாலும் சரி. தூள்தூளா சிதறிபோகும். யார் குற்றம் பண்ணியிருந்தாலும் சரி. அவங்க நீதிமன்றத்துக்கு வந்தேயாகணும் கொடுக்கிற தண்டனையை அனுபவிச்சேயாகணும்...!"

"இப்ப.. நாம அந்த காயத்திரிதேவியைத்தான் பார்க்கப்போறோமா...?"

"ஆமா! நான் அந்த அம்மாகூட போன்ல பேசிட்டேன்... அந்த அம்மா உனக்கு நம்பிக்கையயான ஒருத்தரைக் கூட்டிகிட்டு என்னை இப்பவே பார்க்க வா.. பிரச்னை முடியற வரைக்கும் நீ தலைமறைவாய் இருக்கிறது நல்லதுன்னு சொன்னாங்க..! அதுதான் உனக்கு போன் பண்ணினேன். இந்த நிமிடம் எனக்கு இருக்கிற ஒரே உறவு நீதான்..!"

நடந்து கொண்டிருந்த சந்தியா சட்டென்று நின்றாள்.

யமுனா, அவளை வியப்பாய் பார்த்தாள்.

"என்ன சந்தியா நின்னுட்டே...?"

"ஒண்ணுமில்லை யமுனா... அந்த காயத்திரிதேவியை நாம இன்னிக்கே பார்க்கப் போகணுமா...?"

"ஏன்.. இன்னிக்கு போகக்கூடாதா?"

"இல்ல.. இந்த பிரச்னையில இன்னும் கொஞ்சம் நிதானமா யோசனை பண்ணினபிறகு மனித உரிமை கமிஷனுக்கு போலாமே...? அவசரப்பட்டுப் போய் ஏதாவது சிக்கல்ல மாட்டிக்க வேண்டாமென்னு பார்த்தேன்.."

"சந்தியா..! நீ இப்படி பேசறது உனக்கே சரியாப்படுதா..? அந்த விளம்பரக் கம்பெனியும் சரி, திவாகரும் சரி, மோசடிக்காரங்கன்னு தெரிஞ்ச பின்னாடியும் கையைக் கட்டிக்கிட்டு வேடிக்கை பார்க்க சொல்றியா..? நான் மனித உரிமை கமிஷன் தலைவியான காயத்திரிதேவிகிட்டே போன்ல பேசிட்டேன். அந்த அம்மா உடனே புறப்பட்டு வரச் சொல்லிட்டாங்க..."

"சரி யமுனா..! அந்த விளம்பரக் கம்பெனி போலியானது, திவாகரும் மோசடிக்காரன்னு சொல்றதுக்கு நம்மகிட்டே என்ன ஆதாரம் இருக்கு..?

"சரளா கொடுத்த அந்த கடிதம் இருக்கே...?"

"அந்த துண்டுச்சீட்டையா சொல்றே...?'

"ஆமா.."

"அந்தக் கடிதத்துல விபரமா எதுவும் சொல்லலையே.. மொத்தத்துல 'நீ நினைக்கிற மாதிரி இது பூக்கடை கிடையாது. சாக்கடை'ன்னு சொல்லி யிருக்கா! அவ்வளவுதானே..? யாரையும் குறிப்பிட்டு மோசம்னு எழுதலையே..?"

"எனக்கு கடிதம் எழுதி எச்சரிக்கை பண்ணுன, சரளா இப்போ உயிரோட இல்லையே.. அது ஒண்ணு போதாதா?"

"எனக்கென்னமோ பயமாயிருக்கு யமுனா. நீயும், நானும் சாதாரணமான பொண்ணுங்க. ஆனா பிரச்னையோ பெரிசு. விளைவுகளைப்பத்தி சிந்திச்சுப் பார்க்காமே பெருந்தலைகளோடு மோதறது அவ்வளவு சரியில்லையோன்னு என்னோட மனசுக்குப் படுது.."

"சந்தியா! நீ எனக்கு உதவி பண்ணுவேங்கிற எண்ணத்துலதான் போன் பண்ணி வரச் சொன்னேன். நீ பின்வாங்கறதைப் பார்த்தா... என்கூட வர உனக்கு

மனசில்லைன்னு தோணுது... பரவாயில்லை. நான் தனியே போய் அந்த காயத்திரிதேவியைப் பார்த்து பிரச்னையைத் தீர்த்துக்கிறேன்..."

"என்ன யமுனா.. இப்படி கோபப்படுறே..? நான் என்னோட மனசுக்குப் பட்டதை சொன்னேன். உனக்கு ஒரு கஷ்டம்ன்னா அது எனக்கும்தான்..! நீ இவ்வளவு துணிச்சலாய் இருக்கும்போது எனக்கு மட்டும் என்ன பயம்..? வா.. அந்த காயத்திரிதேவியைப் பார்க்க போலாம். அவங்க வீடு எங்கே..?"

"ஆழ்வார்பேட்டை." சொன்ன யமுனா, சாலையில் காலியாய்போன ஆட்டோ ஒன்றை கைதட்டி அழைத்தாள். இருவரும் ஏறிக்கொண்டார்கள்.

ஆழ்வார்ப்பேட்டை திருமால் நகருக்குள் இருந்த அந்த பங்களாவுக்கு முன்பாக ஆட்டோ போய் நின்றபோது நேரம் சரியாய் 9.45.

காவலாளியிடம் விஷயத்தை சொல்லிவிட்டு இருவரும் உள்ளே போக, வரவேற்பறை சோஃபாவில் சாய்ந்து உட்கார்ந்தபடி அந்த காயத்திரிதேவி தெரிந்தாள்.

வயது ஐம்பது இருக்கலாம். வெள்ளரிப்பழமாய் நிறம், வெள்ளி முலாம்பூசிய மூக்குக் கண்ணாடிக்குள் தீட்சண்யம் மிக்க கண்கள் சுடர்விட்டது. நரை தலைமுடியை நேர்த்தியாய் வாரி, சின்னதாய் கொண்டை போட்டிருந்தாள். உடம்புக்கு கைத்தறி சேலையைக் கொடுத்து நெற்றிக்கு குங்குமம் இட்டிருந்தாள்.

"வாம்மா.. இதுல யார் யமுனா...?"

"நான்தான் மேடம். இவ என்னோட தோழி. பேரு சந்தியா. ரெண்டு பேரும் ஒரே வீட்லதான் இருக்கோம்.."

"உட்காருங்க..! யமுனா! இனி.. நீ பர்தாவை கழட்டிடலாம். என்னோட வீட்டுக்குள்ளே நுழைஞ்சிட்ட பிறகு இனிமே நீ பயப்பட வேண்டியது இல்லை. பெண்களுக்கு எதிராக இழைக்கப்படும் எந்த ஒரு அநீதியையும் இந்த காயத்திரிதேவி பொறுத்துக்க மாட்டா... போலீஸும், சட்டமும் மூக்கை சொறிஞ்சிட்டு வேடிக்கைப் பார்க்கலாம். ஆனா என்னோட வேலை வேடிக்கை பார்க்கிறது கிடையாது. குற்றவாளிகளுக்கு எதிராக வானவேடிக்கை நடத்தறது தான்..! யமுனா...! நீ உன்னோட பிரச்னையைப்பத்தி போன்ல என்கிட்டே சொன்னே. அந்த விபரங்கள் எனக்கு போதாது. இன்னும் விபரம் வேண்டும்...!"

"சொல்றேன்மா.."

"ஒரு நிமிஷம்..!" என்று கையமர்த்திய காயத்திரிதேவி எழுந்துபோய், ஒரு குறிப்பேட்டை எடுத்து வந்து உட்கார்ந்தாள்.

"சொல்லு யமுனா.."

யமுனா தொண்டையைச் செருமிக்கொண்டு மெல்லிய குரலில் பேச்சை ஆரம்பித்து, எல்லாவற்றையும் சொல்லி முடித்தாள்.

சரளா தனக்குக் கொடுத்த அந்தத் துண்டு கடிதத்தையும் காயத்திரிதேவியிடம் கொடுத்தாள்.

அவள் அதை வாங்கிப் பார்த்துவிட்டு பெருமூச் சொன்றை வெளியேற்றியபடி கேட்டாள்.

"அந்த சரளாவை கொலை பண்ணினது யாரு...?"

"தெரியல மேடம்.."

"நீங்க ரெண்டு பேரும் அந்த வீட்டுக்குள்ளே இருக்கும்போதே சரளா கொலை செய்யப்பட்டிருக்கா இல்லையா...?"

"ஆமா மேடம்.."

"சரளாவோட தோழி ரேவதியோட வீடு எங்கேன்னு தெரியுமா?"

"தெரியாது மேடம். அவளுக்கு கல்யாணம் நிச்சயம் பண்ணியிருக்கிறதால தன்னை வெளிப்படுத்திக்க விரும்பாமே போயிட்டா.."

சில விநாடிகள் மௌனமாய் இருந்த காயத்திரிதேவி, மேஜை மேல் இருந்த இண்டர்காமை எடுத்து ஒரு பொத்தானை அழுத்திவிட்டு பேசினாள்.

"செல்வநாயகி..! ஒரு நிமிஷம் வந்துட்டு போ.."

தொலைபேசியை கீழே வைத்துவிட்டு காயத்திரிதேவி காத்திருக்க, மாடியிலிருந்து அந்த இளம்பெண் இறங்கி வந்தாள். இருபத்தைந்து வயதில் பளிச்சென்ற தோற்றம்.

அறிமுகப்படுத்தினாள் காயத்திரிதேவி.

"யமுனா! செல்வநாயகி இருபத்தினாலு மணிநேரமும் என்னோடவே இருக்கிற என் செகரெட்டரி. செல்வநாயகிக்கு நகரத்துல நடக்கிற எல்லா அவலங்களும் தெரியும். செல்வநாயகி ஒருத்தரைப்பத்தி கொடுக்கிற தகவல்கள் இதுவரைக்கும் பொய்யாய் இருந்தது இல்லை." சொன்ன காயத்திரிதேவி, செல்வநாயகியை ஏறிட்டாள்.

"செல்வநாயகி...! இவங்க யமுனா. இவங்க சந்தியா. சென்னை அண்ணா சாலையில் இருக்கிற மல்டிமீடியா

விளம்பரக் கம்பெனியைப் பத்தி யமுனா ஒரு புகார் கொடுத்து இருக்காங்க. அந்த விளம்பரக் கம்பெனி பெண்களை பாலியல் ரீதியாய் தவறான முறையில் பயன்படுத்தறதா புகாரின் குற்றச்சாட்டு. உனக்கு அந்த கம்பெனியைப் பற்றித் தெரியுமா...?"

"தெரியும் மேடம்.."

காயத்திரிதேவி தன் புருவங்களை உயர்த்தினாள்.

"தெரியுமா..?"

"தெரியும் மேடம்.. அது ஒரு சர்வதேச அளவில் தரம் வாய்ந்த கம்பெனி. வியாபாரரீதியாய் அது ஒரு விளம்பரக் கம்பெனியாய் இருந்தாலும் கம்பெனி சார்பாய் அறக்கட்டளை ஒண்ணை ஏற்படுத்தி ஏழைப் பெண்களுக்கும், இளம் விதவைகளுக்கும் பெரிய அளவில் உதவி பண்ணிட்டு வர்றாங்க.. சமீபத்தில சுனாமியால் பாதிக்கப்பட்ட மக்களுக்கு ஒரு கோடி ரூபாய் அளவுக்கு வீட்டு உபயோகப்பொருட்கள் வாங்கிக் கொடுத்து இருக்காங்க...!"

"என்ன செல்வநாயகி! நீ அந்த கம்பெனியைப்பத்தி சொல்றதுக்கும், இவங்க அந்த கம்பெனியைப்பத்தி சொல்றதுக்கும் நிறைய வித்தியாசம் இருக்கே.."

"மேடம்..! நீங்க ஒரு நிமிஷம் உள்ளே வரமுடியுமா..? உங்ககிட்ட ஒரு விஷயம் சொல்ல வேண்டியிருக்கு...!"

காயத்திரிதேவி மெல்ல எழுந்து யமுனாவையும், சந்தியாவையும் ஒரு மௌனப்பார்வை பார்த்துவிட்டு, செல்வநாயகியைப் பின்தொடர்ந்து அடுத்த அறைக்கு போனாள்.

அறைக்குள் நுழைந்ததும் கேட்டாள்.

"என்ன சொல்லு.."

செல்வநாயகி குரலைத் தாழ்த்திக் கொண்டாள். "மேடம்..! நீங்க இப்போ மனித உரிமை கமிஷன் தலைவர் பதவியில் இருக்கிறதுக்கு யார் காரணம் தெரியுமா?"

"தெரியும்! மத்திய அரசியல் மனிதவள மேம்பாட்டுத்துறை அமைச்சராய் இருக்கிற மல்கோத்ராதான் காரணம்."

"அவரோட பினாமி கம்பெனிதான் இந்த மல்டிமீடியா விளம்பரக் கம்பெனி..."

"அப்படியா..?"

நெஞ்சில் கை வைத்து அதிர்ந்தாள்.

காயத்திரிதேவி, வாய் உலர்ந்து போய் கேட்டாள்.

"இப்ப என்ன பண்றது..?"

"மேடம்..! அந்த யமுனாவும், சந்தியாவும் உங்ககிட்ட சொன்னதையெல்லாம் நானும் கேட்டுகிட்டுதான் இருந்தேன். இப்ப நாம செய்யவேண்டிய உடனடி காரியம் என்ன தெரியுமா...?"

"சொல்லு.."

"ரெண்டு பேரையும் போலீஸ்ல ஒப்படைக்கிறதுதான்..."

"போலீஸ் காரணம் கேட்பாங்களே...!"

"காரணம் இருக்கே..?"

"என்ன காரணம்..?"

"சரளா கொலை செய்யப்பட்டபோது யமுனாவும், சந்தியாவும் அந்த வீட்ல இருந்து இருக்காங்க.. போலீஸ்க்கு விஷயத்தை தெரியப்படுத்தாம ஓடி வந்து இருக்காங்க. அந்தக் கொலையை இவங்களே ஏன் பண்ணியிருக்கக் கூடாது...?"

காயத்திரிதேவி மலர்ந்தாள்.

"சரியான காரணம்! மொதல்ல போலீஸ்க்கு போன் பண்ணு..!"

9

செல்வநாயகி தன்னிடமிருந்த செல்போனில் தொடர்பு கொண்டு, உதவி போலீஸ் கமிஷனர் அருள்வர்மனுடன் பேச ஆரம்பித்தாள்.

"சார்.. நான் செல்வநாயகி. மனித உரிமை கமிஷன் தலைவி காயத்திரிதேவி மேடத்தின் செகரெட்டரி..."

"என்ன செய்தி.. சொல்லுங்க..!"

"சார்.. மேடம் காயத்திரிதேவிகிட்டே புகார் கொடுக்கிறதுக்காக ரெண்டு பொண்ணுங்க வந்து இருக்காங்க. ஒரு பொண்ணோட பேரு யமுனா. இன்னொருத்தி பேரு சந்தியா. இந்த ரெண்டு பேரும் ஒரு கொலையில் சம்பந்தப்பட்டிருக்கலாம்ன்னு அம்மாவுக்கு சந்தேகம். அதான் உங்களுக்கு போன் பண்ணச் சொன்னாங்க..."

"கொலை செய்யப்பட்டது யாரு?"

"அன்னை நகர்ல சரளாங்கிற பொண்ணை. வீட்டில் வைச்சு அவள் கொலை செய்யப்பட்டபோது, யமுனாவும், சந்தியாவும் அங்கே இருந்திருக்காங்க... போலீஸ்க்கு தகவல் கொடுக்காம ஓடி வந்துட்டாங்க..."

"சரி.. காயத்திரிதேவி மேடத்துக்கிட்டே அந்த

ரெண்டு பேரும் எது சம்பந்தமா புகார் கொடுக்க வந்திருக்காங்க..?''

"சார்..! அது பெரிய இடத்து விவகாரம். மத்திய மந்திரி மல்கோத்ராவுக்கு சொந்தமான பன்னாட்டு விளம்பரக் கம்பெனி ஒண்ணு அண்ணாசாலை யில இருக்கு... அதுல சட்டவிரோதமா, சில நிழல் காரியங்கள் நடந்துட்டு வருது.. போலீஸ்துறையின் முழு ஆசீர்வாதம் அந்த நிறுவனத்துக்கு இருக்கிறதால எந்த ஒரு விஷயமும் வெளியே கசியாது. அது மாதிரி, எல்லா பத்திரிகைகளுக்கும் மாசா மாசம் பணப்பெட்டி போயிடுறதால எந்த ஒரு பத்திரிகையும் அந்த நிறுவனத்தைக் கண்டு கொள்ளாது.."

"ஆமா! எனக்கும் அந்த கம்பெனியைப் பற்றித் தெரியும். அந்த கம்பெனியோட முதன்மை மேலாளர் சந்திரசேகரையும் எனக்குத் தெரியும்.. அவர் மேலேயும், அந்த கம்பெனி மேலேயும் எந்த ஒரு நடவடிக்கையும் எடுக்கக்கூடாதுன்னு எங்களுக்கு வாய்மொழி உத்தரவே இருக்கு..!"

"நிலைமை இப்படி இருக்கும்போது, இந்த இரண்டு பொண்ணுங்களும் அந்த கம்பெனியின் மேல புகார் கொடுக்க அம்மாகிட்டே வந்து இருக்காங்க.. நான் விஷயத்தை சொன்னதும் அம்மா உஷாராயிட்டாங்க...!"

"இப்ப அந்த யமுனாவும், சந்தியாவும் அங்கேதானே இருக்காங்க..?"

"ஆமா.."

"சரி..! நான் அந்த பகுதி போலீஸ் நிலையத்தைச் சேர்ந்த இன்ஸ்பெக்டர் ராஜேந்திரனை அனுப்பி வைக்கிறேன். அவர் எல்லாத்தையும் பார்த்துக்குவார்..."

"நன்றி சார்..!"

செல்வநாயகி சொல்லிவிட்டு, செல்போனை அணைத்தாள். பக்கத்தில் நின்றிருந்த காயத்திரிதேவி பெருமூச்சொன்றை விட்டாள்.

"நல்லவேளையா அது மல்கோத்ராவோட பினாமி கம்பெனின்னு சொன்னே..! இல்லேன்னா, நான்பாட்டுக்கு அந்தப் பெண்களோட புகாருக்கு ஏதாவது நடவடிக்கை எடுத்திருப்பேன்..."

"மேடம்..! வெளியே காத்துக்கிட்டு இருக்கிற யமுனாவையும், சந்தியாவையும் கைது பண்ணுறதுக்காக போலீஸ் இன்ஸ்பெக்டர் ராஜேந்திரன் வந்துட்டிருக்கார். அவர் வர்றவரைக்கும் அந்த ரெண்டு பேர்கிட்டேயும் நீங்க நல்லபடியா பேசிட்டிருங்க.."

காயத்திரிதேவி தலையை ஆட்டிவிட்டு, உள்ளறை யிலிருந்து வெளிப்பட்டு வரவேற்பறைக்குள் நுழைந்தாள்.

சோஃபாவில் சாய்ந்து மௌனமாய் உட்கார்ந்திருந்த யமுனாவும், சந்தியாவும் காயத்திரிதேவையைப் பார்த்ததும் எழுந்தார்கள்.

"அட.. உட்காருங்கம்மா...!"

உட்கார்ந்தார்கள்.

காயத்திரிதேவியும் அவர்களுக்கு எதிரே சோஃபாவில் உட்கார்ந்தபடி செயற்கைப் புன்னகையோடு பேச ஆரம்பித்தாள்.

"இதோ பார் யமுனா..! நீ புகார் கொடுத்த அந்த கம்பெனியைப் பற்றிய எல்லா விபரங்களையும் என்னோட செகரெட்டரி சேகரிச்சுட்டிருக்காங்க. நாளைக்கு சாயந்தரத்துக்குள் எல்லா விபரங்களும்

எனக்கு வந்துடும். அதுக்கப்புறம் நீ கொடுத்த புகார்களின் அடிப்படையில அந்த கம்பெனிமேல் நான் சட்டப்படி நடவடிக்கை எடுக்கப்போறேன். என்னோட நடவடிக்கைகளில் போலீஸும் குறுக்கிட முடியாது. அரசியல்வாதிகளும் குறுக்கிட முடியாது..."

"ரொம்பவும் நன்றிங்கம்மா..! போலீஸையும், அரசியல்வாதிகளையும் நம்பினால் எனக்கு எந்த நியாயமும் கிடைக்காதுங்கிற காரணத்தால் நான் உங்ககிட்ட வந்தேன். என் நம்பிக்கை வீண் போகல..."

"இதோ பாரும்மா யமுனா..! நம்ம நாட்டுல மட்டுமில்லை. வேறு எந்த நாட்டிலும் சரி. ஒரு பெண்ணுக்கு எதிரான பாலியல் பலாத்கார கொடுமைகளை பொறுத்துக் கொள்ள முடியாது. எந்த ஒரு நாட்டில் பெண்கள் போற்றப்படுகிறார்களோ, மதிக்கப்படுகிறார்களோ அந்த நாடு சுபிட்சமாகவும், செழிப்பாகவும் இருக்கும்... நான் மனித உரிமைக் கமிஷனுக்குத் தலைவியாய் இருக்கும்வரை பெண்களுக்கு எதிரான கொடுமைகளுக்கு குரல் கொடுத்துகிட்டே இருப்பேன்..."

காயத்திரிதேவி பேசப்பேச யமுனா உணர்ச்சி வசப்பட்டவளாய் எழுந்துபோய் காயத்திரிதேவியின் கால்களில் விழுந்தாள்.

"அட.. அட.. என்னம்மா.. நீ? என் கால்ல போய் விழுறியே..? அரசியல்வாதிகள்தான் காரியம் ஆகணும்ன்னா காலில் விழுவாங்க..! எழுந்திரு மொதல்ல.."

எழுந்து நின்ற யமுனாவின் கண்களில் நீர் சொட்டுவிட ஆரம்பித்தது.

"அம்மா! எனக்கு அப்பா, அம்மா.. சொந்த பந்தம்

எதுவும் கிடையாது. உங்களைப் பார்க்கும்போது எனக்கு அந்த முகம் தெரியாத என்னோட அம்மா ஞாபகம் வருது..."

காயத்திரிதேவி ஒரு செயற்கை சிரிப்போடு யமுனாவின் தோளைத் தட்டிக் கொடுத்தாள்.

"எனக்கு அழுகிற பெண்களைப் பிடிக்காது... பிரச்னைகள் வரும்போதுதான் ஒரு பெண் தைரியமாய் இருக்கணும்! எந்த ஒரு பிரச்னையும் நம்மை துரத்துகிற நாய் மாதிரிதான். நாம அதை தைரியமாய் எதிர்த்து நின்னு, ஒரு கல்லை கையில் எடுத்தா போதும்.. பிரச்சனைங்கிற அந்த நாய், பின்னங்கால் பிடரியில் தெறிக்க ஓடிவிடும். நீ தைரியமா வீட்டுக்கு போம்மா.. நான் எல்லாத்தையும் பார்த்துக்கிறேன்.."

யமுனாவும், சந்தியாவும் மறுபடியும் கைகளைக் குவித்து கும்பிட்டுவிட்டு புறப்பட முயன்றபோது, செல்வநாயகி உள்ளேயிருந்து வந்தாள்.

கையில் டிரே. அதில் இரண்டு டம்ளர்கள்.

"ஒரு நிமிஷம்..! ரெண்டு பேரும் களைப்பாகத் தெரியுறீங்க.. ஜூஸ் குடிச்சுட்டு போலாமே...!"

"வேண்டாம்.. நாங்க புறப்படுறோம்.. இப்பவே ரொம்ப தாமதமாயிடுச்சு.."

காயத்திரிதேவி, யமுனாவை ஏறிட்டாள்.

"என்னம்மா நீ..? உன்னைப் பார்த்தா மத்தியானத் திலிருந்து ஒண்ணுமே சாப்பிடாதவ மாதிரி தெரியுது. என்னதான் பிரச்னை இருந்தாலும் வேளாவேளைக்கு சாப்பிட்டாத்தான் மனசும், உடலும் தைரியமாய் இருக்கும்...! இது வெறும் ஆரஞ்சு ஜூஸ்தான். குடியுங்க.."

யமுனாவும், சந்தியாவும் குளிர்பான டம்ளர்களை எடுத்துக்கொண்டு, மறுபடியும் சோஃபாவில் சாய்ந்தார்கள்.

காயத்திரிதேவி, செல்வநாயகியிடம் திரும்பி கண்சிமிட்டிவிட்டு, கோபமாய் பேச ஆரம்பித்தாள்.

"இதோ பார் செல்வநாயகி..! அந்த விளம்பரக் கம்பெனி எந்த பெரிய மனுஷங்க சொந்தமாய் இருந்தாலும் பரவாயில்லை. உடனடியாய் நடவடிக்கை எடுத்து, சட்டரீதியாய் இந்த விவகாரத்தை நீதிமன்றத்துக்குக் கொண்டுபோய், சம்பந்தப்பட்டவங்களுக்கு தண்டனை வாங்கிக் கொடுக்கணும்.. காலையில் பத்து மணிக்கெல்லாம் அந்த விளம்பரக் கம்பெனி பற்றிய விபரங்கள் எனக்கு முன்னாடி இருக்கணும்...!"

"இருக்கும் மேடம்.."

செல்வநாயகி தலையாட்டிக் கொண்டிருக்கும்போதே வீட்டுவாசலில் ஒரு உறுமலுடன் போலீஸ் ஜீப்பின் முகம் தெரிந்தது.

செல்வநாயகி செயற்கையான பதற்றத்தோடு காயத்திரிதேவியிடம் சொன்னாள்.

"மேடம்...! போலீஸ் வர்றாங்க.."

காயத்திரிதேவியும் தன் முகத்தை அப்பாவித்தனமாக வைத்துக்கொண்டு, "என்னது! போலீஸா.. அவங்க எதுக்கு இந்த நேரத்துக்கு இங்கே வர்றாங்க?" என்று கேட்டாள்.

"நான் போய் என்னன்னு கேட்கட்டுமா மேடம்...?"

"ம்.. போய் கேளு.."

செல்வநாயகி வாசலை நோக்கிப் போவதற்குள், ஜீப்பிலிருந்து இறங்கிய இன்ஸ்பெக்டர் ராஜேந்திரன் இரண்டு காவலர்களுடன் உள்ளே வந்தார்.

காயத்திரிதேவிக்கு ''வணக்கம்'' சொல்லிவிட்டு, ராஜேந்திரன் பவ்யமாய் குனிந்து சொன்னார்.

''சாரி மேடம்..! இந்த ராத்திரி வேளையில் வந்து, உங்களுக்கு தொந்தரவு தர்றேன்..''

''என்ன விஷயம்..! அதை மொதல்ல சொல்லுங்க.''

''அன்னை நகர்ல இன்னிக்கு சாயந்தரம் ஆறு மணி சுமாருக்கு சரளாங்கிற பெண் கொலை செய்யப்பட்டுருக்கா. கொலையாளி யாருன்னு தெரியலை. கொலை செய்யப்பட்டதுக்கான காரணமும் தெரியலை... ஆனா.. சரளா கொலை செய்யப்பட்டபோது, அந்த வீட்ல ரெண்டு பொண்ணுங்க இருந்திருக்காங்க. அவங்க யாருன்னு கடந்த ஒரு மணி நேரம் முன்னாடிவரை தெரியாமே இருந்தது. இப்போ தெரிஞ்சதுனால இங்கே வந்திருக்கோம். அவங்க வேறு யாருமில்லை... மேடம்.உங்களுக்கு முன்னாடி உட்கார்ந்துட்டிருக்கிற இந்த யமுனாவும், சந்தியாவும்தான். இவங்களை கைது பண்ணி, போலீஸ் நிலையத்துக்குக் கொண்டு போகணும்...''

காயத்திரிதேவி போலியான அதிர்ச்சியோடு ராஜேந்திரனை ஏறிட்டாள். ''இன்ஸ்பெக்டர்..! யமுனாவும், சந்தியாவும் இங்கே இருக்கிற விஷயம் உங்களுக்கு எப்படி தெரிஞ்சது...?''

''சாரி மேடம்..! அந்த உண்மையையெல்லாம் நாங்க வெளியே சொல்ல முடியாது.. இவங்க ரெண்டு பேரும் இங்கே இருக்கிறதா ஒரு ஆள் எனக்கு போன் பண்ணிச் சொன்னார். நாங்க உடனே வந்துட்டோம்...''

யமுனாவும், சந்தியாவும் குளிர்பான டம்ளர்களை டீபாயின்மேல் வைத்துவிட்டு, மிரட்சியோடு காயத்திரிதேவியைப் பார்க்க - அவள் இன்ஸ்பெக்டரிடம் நிமிர்ந்தாள்.

"இவங்களை கைது பண்ண உங்ககிட்டே வாரண்ட் இருக்கா..?"

"வாரண்ட் இல்லாமல் வர எங்களுக்கு பைத்தியமா பிடிச்சிருக்கு... இதோ...!" சொன்ன இன்ஸ்பெக்டர் ராஜேந்திரன், தன் சட்டைப் பையில் இருந்த சாணி நிறத்தாளை எடுத்து, காயத்திரிதேவியிடம் கொடுத்தார். அதை வாங்கிப் பார்த்துவிட்டு, மௌனமாய் திருப்பிக் கொடுத்த காயத்திரிதேவி, மெல்ல ராஜேந்திரனை ஏறிட்டாள்.

"இன்ஸ்பெக்டர்! இவங்க எந்தத் தப்பும் பண்ணாதவங்க. உண்மையில் நடந்தது என்னன்னா...?"

"சாரி மேடம்... நாங்க குற்றவாளிகளை கைது பண்ண வந்து இருக்கோம். உங்க வாக்குமூலத்தைக் கேட்கிறதுக்காக இல்லை. இவங்க ரெண்டு பேரையும் நீங்களே அனுப்பி வைக்கிறீங்களா..? இல்லை... நாங்க இழுத்துட்டு போகவேண்டியிருக்கும்...?"

காயத்திரிதேவி, யமுனாவிடம் நிமிர்ந்தாள்.

"யமுனா...! நீயும், சந்தியாவும் போலீஸோட புறப்பட்டுப் போங்க..."

"அ...ம்...மா...!"

"தைரியமா புறப்பட்டுப் போங்க.. நான் என்னோட குடும்ப வக்கீலைக் கூட்டிகிட்டு ஒரு மணி நேரத்துல வர்றேன்... போலீஸ் அவங்க கடமையைப் பண்றாங்க.. பண்ணட்டும்.. சட்டத்தைச் சட்டத்தாலே சந்திப்போம்."

இன்ஸ்பெக்டர் ராஜேந்திரன், தன் கையில் வைத்திருந்த லத்திக்கம்பை யமுனாவின் தோள் மேல் வைத்தார்.

"மேடம் சொல்லிட்டாங்கல்ல அப்புறம் என்ன நின்னுகிட்டு..? ரெண்டு பேரும் போய் ஜீப்ல ஏறுங்க..

ஒரு கொலையை கழுக்கமா பண்ணிட்டு வந்து மனித உரிமை கமிஷன்ல புகார் வேறு தர்றீங்களா..? ம்.. நடங்க.."

யமுனாவும், சந்தியாவும் நீர் நிரம்பிய கண்களோடு காயத்திரிதேவியைப் பார்த்துவிட்டு, வாசலில் நின்றிருந்த போலீஸ் ஜீப்பை நோக்கிப் போனார்கள்.

யமுனாவையும், சந்தியாவையும் ஏற்றிக்கொண்ட ஜீப் புயல் வேகத்தில் போனது.

ஜீப் பாதி தூரத்தைக் கடந்திருந்தபோது, இன்ஸ்பெக்டர் ராஜேந்திரன் ஓட்டுநரின் தோளைத் தொட்டார்.

"குமாரசாமி...!"

"சார்..."

"ஜீப்பை அப்படி ஓரமா நிறுத்து."

ஜீப் சாலையோரம் இருட்டில் ஒதுங்கி நிற்க, ராஜேந்திரன் சந்தியாவின் தோளைத் தொட்டார்.

"நீ இறங்கி, ஆட்டோ பிடிச்சு வீட்டுக்குப் போயிடு."

"நன்றி... சார்..." ராஜேந்திரனுக்கு நன்றி சொன்ன சந்தியா, யமுனாவை ஒரு கேலிபார்வை பார்த்துவிட்டு, ஜீப்பிலிருந்து இறங்கி ஆட்டோவை தேடிப் போனாள்.

யமுனாவோடு ஜீப் சீறிப் பாய்ந்தது.

10

போலீஸ் ஜீப் வேகம் பிடித்துப் போய்க் கொண்டிருக்க, முகம் இருண்ட யமுனாவை புன்னகையோடு பார்த்தார் இன்ஸ்பெக்டர் ராஜேந்திரன்.

"என்ன யமுனா..! நடக்கிற சம்பவங்கள் உனக்கு அதிர்ச்சியாய் இருக்கா...? இது ஆரம்பம்தான். போகப்போக இந்த அதிர்ச்சிகளோட சதவீதம் அதிகமாகும்..! அதெல்லாம் தாங்கறதுக்கு இப்ப இருந்தே உன்னை தயார்படுத்திக்கோ..! போலீஸ் ஜீப்பிலிருந்து கீழே இறங்கிப்போன சந்தியா உனது உயிர்த்தோழியாய் இருந்தது ஒரு காலம். இப்போ அவளோட சேவை உன் எதிர் அணிக்கு கிடைச்சிட்டிருக்கு... நீ கற்பை ரொம்ப நாளைக்கு பாதுகாப்பாய் வெச்சுட்டிருக்க முடியாது. அந்த சர்வதேச விளம்பர கம்பெனிகிட்டே பணிஞ்சுபோய் அவங்களோட விருப்பப்படி நடந்துகிட்டா அது உனக்கும் நல்லது, எங்களுக்கும் நல்லது...! நீ என்ன சொல்றே.. இப்படியே போலீஸ் ஜீப்பை அந்த விளம்பர கம்பெனிக்கு திருப்பட்டுமா? இல்ல.. போலீஸ் ஸ்டேஷனுக்கே போகச் சொல்லட்டுமா..? உனக்கு ஒரு நிமிஷம் அவகாசம் தர்றேன். யோசிச்சுச் சொல்லு.."

இன்ஸ்பெக்டர் ராஜேந்திரனை ஒரு வெப்பப்பார்வை பார்த்தாள். யமுனா கண்களில் கனல்.

"ஒரு நிமிஷம் அவகாசம் எதுக்கு இன்ஸ்பெக்டர்..? இப்பவே சொல்றேன். போலீஸ் ஸ்டேஷனுக்கே போயிடலாம்.."

"அங்கப் போனா, அதனோட விளைவுகள் ரொம்பவும் மோசமாக இருக்கும் பரவாயில்லையா..."

யமுனா தீய்த்து விடுவதைப்போல் இன்ஸ்பெக்டரை நெருப்புப் பார்வை பார்க்க.. அவர் தன் கையில் இருந்த லத்தியால் அவளுடைய மோவாயை நிமிர்த்தினார்.

"என்ன அப்படி பார்க்கிறே;..? இந்த கண்ணகி பார்வையெல்லாம் என்கிட்டே வேண்டாம். உன் மனசுக்குள் இப்போ எந்த மாதிரியான எண்ணம் ஓடிகிட்டு இருக்கும்னு எனக்கு நல்லாவே தெரியும்... 'நீயெல்லாம் ஒரு இன்ஸ்பெக்டரா...? பொதுமக்களோட பணத்தில் வாங்கிக் கொடுத்த காக்கி சீருடையைப் போட்டுகிட்டு, அவங்களுக்கு சேவை பண்ணாமே காவல்துறைக்கு களங்கமாய் இருக்கியே... இது நியாயமா? ஒரு பெண்ணோட கற்புக்கு பாதுகாப்பு கொடுக்க வேண்டிய போலீஸ் அதிகாரியே, இப்படி பொறுப்பில்லாம சமூக விரோதிகளுக்கு துணையாய் இருக்கலாமா?' இப்படி ஏதாவது ரெண்டு கேள்வி சூடா கேட்கணும்ன்னுதானே உனக்கு தோணிக்கிட்டு இருக்கு..? தாராளமாகக் கேளு. உன்னை மாதிரியான பொண்ணுங்ககிட்டேயிருந்து இதுமாதிரி கேள்வியெல்லாம் கேட்டுக்கேட்டு என் காது ரெண்டும் மரத்தே போச்சு."

யமுனா புன்னகைத்தாள். "உங்களுக்கு எல்லாமே மரத்துப் போயிருக்கும்ன்னு தெரியாதா என்ன? காவல்துறை ஒரு கண்ணியமான துறை. என்னைப் பொறுத்தவரைக்கும் ஒவ்வொரு காவல்துறை அதிகாரியும், ஒரு காவல் தெய்வம். தொண்ணூறு சத

காவல்துறை அதிகாரிகள் கடமை உணர்வோடும், நேர்மையோடும் இருக்கிற காரணத்தால்தான் பெண்கள் ரோட்டில் தைரியமா நடமாட முடியுது. ஆனா, உங்களை மாதிரியான காவல்துறை அதிகாரிகளால்தான் ஒட்டுமொத்த காவல்துறையோட பேரே கெட்டுப் போயிருக்கு.. சட்டத்தைப் பாதுகாக்க வேண்டிய நீங்களே இப்படி அநியாயத்துக்கு..”

“டிரைவர்..!” இன்ஸ்பெக்டர் குரல் கொடுக்க, ஜீப்பை ஒட்டிக் கொண்டிருந்த டிரைவர் திரும்பிப் பார்த்தார்.

“சார்...”

“ஜீப்பை அப்படி ஓரமா நிறுத்து.”

இருட்டில் சாலையோரமாய் ஜீப் நின்றது.

காவலர்களில் ஒருவரை ஏறிட்டார், ராஜேந்திரன்.

“யோவ்.. குமரேசு..!”

“சார்..”

“ஒயின் ஷாப்க்கு போய் நம்ம சரக்கை வாங்கிக்க. அப்படியே பொன்ராஜ்கிட்டே இந்த மாச மாமூல் பணத்தையும் வாங்கிட்டு, பத்து நிமிஷத்துக்குள்ள ஜீப்புக்கு வரணும்..”

“எஸ்.. சார்” காவலர் தலையாட்டிவிட்டு, கீழே இறங்கினார்.

சாலையின் எதிர்ப்பக்கத்தில் இருந்த அந்த மதுக்கடையை நோக்கிப்போக இன்ஸ்பெக்டர் இன்னொரு காவலரிடம் திரும்பினார்.

“நீ என்ன பண்றேன்னா சுந்தரம்..! நம்ம தங்கப்பன் பிரியாணி கடைக்கு போய், வழக்கமான அயிட்டங்களை

பார்சல் பண்ணிக்க, அவன் கடையில் வான்கோழி தந்தூரி சூப்பரா இருக்கும். அதை தனியா பார்சல் பண்ணி, நம்ம வீட்டுல கொண்டுபோய்க் கொடுத்துட்டு, அப்படியே ஆட்டோ பிடிச்சு ஸ்டேஷனுக்கு வந்துடு. லேட் பண்ணிடாதே..!''

காவலர் சுந்தரம் பவ்யமாய் தலையாட்டிவிட்டு, ஜீப்பிலிருந்து இறங்கிப் போனார்.

இன்ஸ்பெக்டர் ராஜேந்திரன், தன் தலையில் இருந்த தொப்பியைக் கழற்றி, மடியில் வைத்துக் கொண்டார். இறுகிய முகத்தோடு உட்கார்ந்திருந்த யமுனாவை ஒரு கெட்டப்பார்வை பார்த்தார்.

''நீ ரொம்பவும் அழகா இருக்கே...! சினிமாவில் நடிக்கப் போயிருக்கலாமே..!''

''உங்களுக்குக்கூட வில்லன் வேஷம் பொருத்தமா இருக்குமே...நீங்க ஏன் நடிக்கப் போகல...''

''இந்த திமிர் பேச்செல்லாம் போலீஸ் ஸ்டேஷன் வாசற்படி வரைதான்! லாக்கப்புக்குள்ள போயிட்டேன்னு வைய்யி எல்லாமே காணாமே போயிடும்..''

''ஒரு பெண்ணை சாயந்தரம் ஆறு மணிக்குமேல லாக்கப்குள்ள வைக்கக்கூடாதுங்கிற அடிப்படை சட்டம் கூடவா உங்களுக்குத் தெரியல..?''

''அந்த சட்டமெல்லாம், நான் இன்ஸ்பெக்டரா இருக்கிற இடத்துல கிடையாது!'' அலட்சியமாய் சொல்லிவிட்டு டிரைவர் பக்கம் திரும்பினார் ராஜேந்திரன்.

''யோவ்..! சிகரெட் வெச்சிருக்கியா?''

''இல்லை சார்..''

''பொய் சொல்லாதே..!''

"நிஜமாவே இல்லை சார்.."

"சரி.. எதிர்தாப்புல இருக்கிற அந்தப் பெட்டிக்கடைக்குப் போய் என்னோட பிராண்ட் சிகரெட்டை வாங்கிட்டு வா.."

டிரைவர் இறங்கிப் போனார்.

ராஜேந்திரன் உடம்பை ஒரு மாதிரியாய் சோம்பல் முறித்தபடி கேட்டார்.

"அப்புறம்.. யமுனா நீ மும்பாய்க்கெல்லாம் போய்ட்டு வந்ததா சொன்னாங்க.. உண்மையாவே நீ கற்போடுதான் இருக்கியா..? இல்லே, அங்கே காணாமே போயிடுச்சா...?"

ராஜேந்திரன் கேள்வியைக் கேட்டு முடிக்கவில்லை. யமுனா தன் கையை சாட்டையாய் வீசி, அவருடைய கன்னத்தில் சப்பென்று அறைந்தாள்.

பொறி கலங்கிப் போன ராஜேந்திரன், அந்த அடியை ஜீரணித்து நிமிருவதற்குள் ஜீப்பிலிருந்து குதித்து யமுனா பாய்ந்து ஓடினாள்.

"ஏய்ய்.. நில்லு..!"

ராஜேந்திரன் கத்திக்கொண்டே இறங்குவதற்குள், யமுனா நூறடி தூரத்தைக் கடந்து இருட்டில் கலந்தாள்.

யமுனா மூச்சிரைக்க.. வியர்த்து வழிந்தபடி ஓடிக்கொண்டே சுற்றும்முற்றும் பார்த்தாள்.

அது ஒரு புறநகர்ப்பகுதி என்பது புரிந்தது. வீடுகள் அங்கொன்றும், இங்கொன்றுமாய் சிதறித் தெரிந்தன.

அடுத்து, கண்ணுக்கெட்டிய தூரம் வரைக்கும் பொட்டல் வெளி.

ஓடிக்கொண்டே திரும்பிப் பார்த்தாள்.

இருட்டில் ராஜேந்திரன் ஓடி வருவது ஒரு அவுட்லைன்மாதிரி தெரிந்தது.

'அந்த காட்டுமிராண்டி கையில் சிக்கிவிடக்கூடாது' யமுனாவின் உள்ளுணர்வு எச்சரிக்கை அலாரம் அடிக்க, ஓட்டத்தின் வேகத்தை மேலும் அதிகப்படுத்தினாள்.

ஒரு நிமிட ஓட்டத்துக்குப்பின் பூம்புகார் நகர் தெரிந்தது.

'காலி மனையிடங்கள் விற்பனைக்கு' என்று எழுத்துகளோடு போர்டு, நாற்பது வாட்ஸ் பல்ப் ஒன்று உமிழ்ந்து கொண்டிருந்த வெளிச்சத்தில் அம்புக்குறியோடு தெரிய, அது சுட்டிக்காட்டியப் பக்கம் ஓடினாள்.

செம்மண் சாலை வளைந்து வளைந்து போக, தூரத்தில் பாதி கட்டிமுடித்த வீடுகள் தெரிந்தன.

யமுனா சற்று பெரிதாய் தெரிந்த ஒரு வீட்டை நோக்கி அசுர வேகத்தில் ஓடினாள்.

இதயம் வெடித்துவிடும்போல் துடித்தது. ஓடிக்கொண்டே எதேச்சையாய் திரும்பிப் பார்க்க, தொலைவில் ஒரு டார்ச் வெளிச்சம் வேக வேகமாய் குதித்து வந்தது. தபதபவென்று பூட்ஸ் சத்தமும் கேட்டது.

'கடவுளே! அந்த கிராதகன் கையில் நான் சிக்கிவிடக்கூடாது!' மனசுக்குள் வேண்டிக்கொண்டே யமுனா, அங்குக் கிடந்த செங்கற்குவியல்களுக்கும், இரும்புக்கம்பிகளுக்கும் நடுவில் ஓடி, அந்த பாதி கட்டப்பட்டிருந்த வீட்டுக்குள் நுழைந்தாள்.

சிமெண்டு பூச்சு இல்லாமல் செங்கல் உடம்போடு வீட்டுச் சுவர்கள் தெரிய, மாடிப்படிகளுக்கு கீழே

நிறைந்து கிடந்த இருட்டுக்குள் போய், குத்துக்காலிட்டு உட்கார்ந்தாள். மார்புகள் மேலும்கீழுமாக இரைக்க, சேலைக்குள் உடம்பு வியர்வைக் குளியலை நடத்திக் கொண்டிருந்தது.

மூச்சு காட்டாமல் ஒரு கல்லைப்போல் உட்கார்ந்து இருந்தாள், யமுனா.

ஒரு நிமிஷம்.. இரண்டு நிமிஷம்.. மூன்று.. நான்கு என்று நிமிஷங்கள் கழிய, கட்டிடத்துக்கு வெளியே திடீரென்று – பூட்ஸ் சத்தங்களும், பேச்சுக் குரல்களும் கேட்டன.

"எந்தப் பக்கம் போனானு தெரியலையே...?"

"இந்தப் பக்கம்தான் வந்தா சார்.."

"நீ.. நல்லாப் பார்த்தியா..?"

"பார்த்தேன் சார்.."

"இந்த கட்டிடத்துக்குள் நுழைஞ்சிருப்பாளோ...?"

"உள்ளே போய்ப் பார்த்துடலாம் சார்.."

"அந்த டார்ச்சை என் கையில் கொடு..! கழுதை இப்படி ஓடுவானு நான் நினைச்சுக்கூட பார்க்கல குமரேசு.."

"சார்.."

"இந்த வீட்டுக்குள் அவ இருக்காளான்னு நான் பார்த்துடுறேன்.. நீ அந்தப் பக்கமா போய்ப் பாரு.."

ராஜேந்திரன் சொல்லிக்கொண்டே டார்ச் வெளிச்சத்தோடு வந்தார்.

தரையில் சுண்ணாம்பைக் கொட்டிவிட்ட தினுசில் டார்ச்சிலிருந்து பீறிட்ட வெளிச்சம் இருட்டைத் துடைத்து, பொருள்களைக் காட்டியது.

இரும்புச்சட்டிகள், சிமெண்டு மூட்டைகள், சலவைக் கற்கள், தேக்கு மரச்சட்டங்கள் தெரிந்தன.

ராஜேந்திரன் டார்ச் வெளிச்சத்தை நாலாபுறமும் வீசியபடி மெல்ல உள்ளே வந்தார்.

மூச்சுவிடும் சத்தம்கூட வெளியே கேட்டுவிடாதபடி, யமுனா தன் இரண்டு கைகளாலும் மூக்கையும், வாயையும் பொத்தியபடி மாடிப்படிகளுக்கு கீழே இன்னமும் உள்ளே ஒண்டினாள்.

வீட்டின் இடப்பக்க ஓரத்தில், சிமெண்டு மூட்டைகள் அம்பாரமாய் அடுக்கி வைக்கப்பட்டிருக்க ராஜேந்திரன் அதன் பின்னால்போய் எட்டிப் பார்த்துவிட்டு திரும்பிய விநாடி - அவருடைய செல்போன் கனைத்தது. எடுத்து காதில் ஒற்றினார். மறுமுனையில் உதவி கமிஷனர் அருள்வர்மன் பேசினார்.

"ராஜேந்திரன்..! அந்த யமுனாவை அரெஸ்ட் பண்ணி ஸ்டேஷனுக்கு கூட்டிட்டு வந்துட்டீங்களா..?"

"ச... ச.. சார்.. அது வந்து.."

"என்ன.. வார்த்தையை மென்னு முழுங்குறீங்க..?"

"சார்..! யமுனாவை ஸ்டேஷனுக்கு கொண்டு வர்ற வழியில் டிபன் வாங்கறதுக்காக ஜீப்பை பூம்புகார் நகர் பக்கமாய் நிறுத்தினோம். அந்த சந்தர்ப்பத்தைப் பயன்படுத்தி யமுனா தப்பிச்சு ஓடிட்டா...!"

"என்னது..! தப்பிச்சு ஓடிட்டாளா..? இப்படி சொல்றதுக்கு உங்களுக்கு வெட்கமாயில்லே..? அவ இறங்கி ஓடுறவரைக்கும் நீங்க எல்லாரும் என்ன பண்ணிட்டிருந்தீங்க..?"

"சாரி சார்.. எப்படியோ ஏமாந்துட்டேன்.. ஆனா,

அவளைப் பிடிக்காமே ஸ்டேஷனுக்கே வரமாட்டேன்.."

"மொதல்ல அதைப் பண்ணுங்க.. அந்த யமுனா தப்பிச்சுட்டானா பெரிய பிரச்னையாயிடும்."

"கவலையேப்படாதீங்க சார்.. இந்தப் பகுதியை சல்லடைபோட்டு தேடி, எப்படியும் அவளை கண்டுபிடிச்சு, ஸ்டேஷனுக்கு கொண்டு வந்துடுவேன் சார்.."

"அவ கிடைச்சதும் எனக்கு போன் பண்ணுங்க."

"எஸ்.. சார்.."

செல்போனை அணைத்து சட்டைப்பாக்கெட்டில் போட்டுக்கொண்ட ராஜேந்திரன் டார்ச் வெளிச்சத்தோடு மாடிப்படி பக்கம் போனார்.

அங்கே...

11

இன்ஸ்பெக்டர் ராஜேந்திரன், டார்ச் வெளிச்சத்தை வீசியபடியே மாடிப்படி பக்கம்போக, குத்துக்காலிட்டு இருட்டில் உட்கார்ந்திருந்த யமுனா, மூச்சைப்பிடித்தபடி ராஜேந்திரனையே பார்த்துக் கொண்டிருந்தாள்.

டார்ச் வெளிச்ச வட்டம் எந்த நிமிடமும் தன்மேல் விழலாம் என்ற பதைபதைப்போடு இருந்த யமுனா, ஒண்டிக்கொள்ள வேறு ஏதாவது இடம் கிடைக்குமா என பார்வையைச் சுழற்றினாள்.

'எழுந்து வெளியே ஓடிவிடலாமா..?' என்று யமுனா யோசித்த விநாடி.

மாடிப்படிகளிலிருந்து ஒரு உருவம் கீழே இறங்கி வந்தபடி, ராஜேந்திரனை நோக்கி குரல் கொடுத்தது.

"யாரது..?"

ராஜேந்திரன் தன் கையில் இருந்த டார்ச்சை மாடிப்படிகளை நோக்கித் திருப்ப, வெளிச்சம் அந்த உருவத்தை நனைத்தது.

ஐம்பது வயது இருக்கலாம். பளீரென்ற வழுக்கைத் தலை, சதைப்பிடிப்பான முகம் சபாரி உடை அணிந்து கண்களுக்கு கண்ணாடியைக் கொடுத்திருந்தார். கையில் ஒரு ப்ரீஃப்கேஸ்.

ராஜேந்திரனின் காக்கி சீருடையைப் பார்த்துவிட்டு, அவர் திகைப்பாய்க் கேட்டார். "இன்ஸ்பெக்டர்..! இங்கே என்ன பண்ணிட்டு இருக்கீங்க..?"

"ஜீப்பில் போகும்போது ஒரு பெண் குற்றவாளி தப்பிச்சுட்டா... இந்தப் பக்கமாய் ஓடிவந்தா, இந்த வீட்டுக்குள்ளே புகுந்து இருப்பாளோன்னு ஒரு சந்தேகம். அதான் உள்ளே நுழைஞ்சு தேடிகிட்டு இருக்கேன். ஆமா, நீங்க யாரு..?"

அவர் கீழே இறங்கி வந்துகொண்டே சொன்னார்.

"டாக்டர் சரவணப்பெருமாள். இந்த வீட்டை நான்தான் கட்டிக்கிட்டு இருக்கேன். இன்னிக்கு இன்ஜினியர் வர்றேன்னு சொல்லியிருந்தார். அதான், அவருக்காக காத்திட்டிருக்கேன்..."

இன்ஸ்பெக்டர் ராஜேந்திரன் பக்கத்தில் வந்து நின்றார். மெல்லிய குரலில் கேட்டார்.

"டாக்டர்..! நீங்க மொட்டை மாடியில் நின்னுட்டிருக்கும்போது இந்தப் பக்கமாய் ஒரு பொண்ணு ஓடிவந்ததைப் பார்த்தீங்களா...?"

தீவிரமான ஒரு யோசனைக்குப்பின் சரவணப்பெருமாள், தன் நெற்றியைச் சுருக்கினார்.

"ஆமா..! அஞ்சு நிமிஷத்துக்கு முன்னாடி இந்தக் கட்டிடத்துக்குப் பின்னாடி இருக்கிற மண் ரோட்டுல ஒரு பொண்ணு வேகவேகமாய் போயிட்டிருந்ததைப் பார்த்தேன். சில விநாடிகள்தான் பார்வைக்கு கிடைச்சா, அதுக்குள்ளே மறைஞ்சுட்டா.. ஏன் இன்ஸ்பெக்டர் அவ என்ன தப்பு பண்ணா..?"

"கொலை.."

"என்னது.. கொலையா..?"

சரவணப்பெருமாள் திகைத்துக் கொண்டிருக்கும்போதே.. ராஜேந்திரன் வெளியே பாய்ந்து கட்டிடத்துக்கு பின்பக்கத்தில் இருந்த மண்பாதையை நோக்கி ஓடினார்.

சில விநாடிகள் அப்படியே நின்றிருந்த டாக்டர் சரவணப்பெருமாள் - பிறகு மாடிப்படிகள் பக்கம் போய் நின்று குரல் கொடுத்தார்.

"வெளியே வாம்மா.."

யமுனா மூச்சுக்காட்டாமல் அப்படியே உட்கார்ந்திருக்க, சரவணப்பெருமாள் குனிந்தார்.

"தைரியமா வெளியே வாம்மா.. நீ உண்மையிலே தப்பு பண்ணாதவளா இருந்தா... கண்டிப்பா உன்னைக் காப்பாத்துவேன். தப்பு பண்ணி இருந்தா... போலீஸில் ஒப்படைச்சுடுவேன்.. இப்ப வெளியே வந்து என்ன நடந்ததுன்னு சொல்லு.."

யமுனா மாடிப்படிகளுக்கு கீழேயிருந்து வியர்வையும், கலவரமும் நிரம்பிய முகத்தோடு வெளிப்பட்டாள்.

உடம்பு தன்னிச்சையாய் நடுங்கிக் கொண்டிருந்தது.

"இதோ பாரும்மா...! நீ ஒரு பொண்ணு... அதனாலதான் போலீஸ்ல உன்னைக் காட்டித் தரலை.. போலீஸ்கிட்டே சில நிரபராதிகள் மாட்டிக்கிட்டுப் படற அவதியை நான் பார்த்திருக்கேன். நான் ஒரு டாக்டர்.. உன் வயசுல எனக்கு ஒரு பொண்ணு இருக்கா. அதனால, நீ என்னை உன் அப்பாவாய் நினைச்சு எல்லா உண்மைகளையும் சொல்லலாம்."

யமுனா பயத்தோடு வெளியே எட்டிப் பார்த்தாள்.

சரவணப்பெருமாள் புன்னகைத்தார்.

"பயப்படாதேம்மா..! அந்த இன்ஸ்பெக்டர் இந்நேரத்துக்கு கட்டிடத்துக்குப் பின்னாடி இருக்கிற மண் ரோட்டுல ஓடிகிட்டு இருப்பார். இனி அவர் இந்தப் பக்கம் வரமாட்டார். நீ உன்னைப்பத்தி சொல்லு..! நீ யாரு.. போலீஸ்காரங்க உன்னை எதுக்காக தொரத்துறாங்க..?"

"டாக்... டர்! எனக்கு குடிக்க கொஞ்சம் தண்ணி வேணும்.. கிடைக்குமா..?"

"இதோ..!" சொன்ன சரவணப்பெருமாள், பக்கத்து அறைக்குப்போய் தண்ணீர் பாட்டிலை எடுத்துக் கொடுத்தார்.

யமுனா அதை வாங்கி ஒரே மூச்சில் பாதி தண்ணீரைக் காலி செய்துவிட்டு மூச்சிரைத்தாள். சரவணப்பெருமாளிடம் படபடத்தாள்.

"டாக்டர்...! அந்த இன்ஸ்பெக்டர் சொன்னதுமாதிரி நான் யாரையும் கொலை செய்யல..."

"உன் முகத்தைப் பார்த்தாலே அந்த உண்மை தெரியுதும்மா..! என்ன நடந்துன்னு நிதானமா சொல்லு."

யமுனா தன்னை ஆசுவாசப்படுத்திக்கொண்டு நடந்த சம்பவங்கள் எல்லாத்தையும் கோர்வையாகச் சொல்ல ஆரம்பித்தாள்.

பத்து நிமிடத்துக்குள் எல்லாவற்றையும் சொல்லி முடித்து யமுனா துக்கம் தாங்காமல் அப்படியே மண்டியிட்டு கீழே உட்கார்ந்து விம்மினாள். கண்களில் நீர் சிதறியது.

சரவணப்பெருமாள் சில விநாடிகள் மவுனமாய் இருந்துவிட்டு நிமிர்ந்தார்.

"யமுனா..! உன்னை நினைக்கும்போது எனக்கு ரொம்பவும் பெருமையா இருக்கும்மா.. பணத்துக்கு ஆசைப்பட்டு நிறைய பெண்கள் தங்களோட மானத்தை விலை பேசுற அவலத்தை நான் பார்த்திருக்கேன். ஆனா.. நீ அந்த அவலத்தை எதிர்த்துப் போராடி இருக்கே! இன்னமும் போராடிக்கிட்டு இருக்கே..! உன்னைச் சுத்தியிருந்த எல்லாருமே உனக்கு விரோதிகளாகத்தான் மாறி இருக்காங்க. உன் காதலன் திவாகர், தோழி சந்தியா, மனித உரிமை கமிஷன் தலைவி காயத்திரிதேவி இப்படி எல்லாருமே உனக்கு எதிரிகளாய் மாறி இருக்கும்போது உன்னால எப்படி தனியா நின்னு போராட முடியும்..?"

சரவணப்பெருமாள் கேட்க, யமுனா குரல் தழுதழுத்தாள்.

"எனக்கு என்ன பண்ணுறதுன்னு தெரியலை. டாக்டர்..! ஒரு பொண்ணுக்கு பாதுகாப்பு தரவேண்டிய போலீஸே என்னை வேட்டையாட நினைக்கும்போது, என்னால எப்படி ஜெயிக்க முடியும்...?"

"அப்புறம்.. நீ என்னதான் பண்ணப்போறேம்மா...?"

"இங்கே இருக்கிற மிருகங்களுக்கு நான் இரையாகாமே இருக்கணும்ன்னா, வடநாட்டுப் பக்கம் எங்கேயாவது போய் ஏதாவது ஒரு அறக்கட்டளை மூலமா அனாதை விடுதியில் சேர்ந்துடலாம்ன்னு இருக்கேன் டாக்டர்..."

"அப்படீன்னா இவங்களை எதிர்த்து நீ போராடப் போறதில்லையா...?"

"அது முடியுற காரியமா, டாக்டர்..?"

"ஏன் முடியாது..? இதோ பாரும்மா...! ஓடி ஒளியறதால உன்னை நீ காப்பாத்திக்கலாம். ஆனா, உன்னை மாதிரி எத்தனையோ யமுனாக்களை அந்த கும்பல் நாசம் பண்ணிடும். அதை நீ தடுக்கணுமா...வேண்டாமா..?"

"டாக்டர்..! அந்த கும்பல்கிட்டே பணபலம், அரசியல் செல்வாக்கு இருக்கு. போலீஸ் துறையோட பூரண ஆசீர்வாதமும் உண்டு. என்கிட்டே என்ன இருக்கு..? அந்த கும்பலைப் பத்தி யார்கிட்டே போய் புகார் பண்ணினாலும் அது எடுபடாதே..?"

சரவணப்பெருமாள் சிரித்தார்.

"யமுனா! நான் டாக்டர்..! மனிதனோட மூளையைப் பத்தி,மத்தவங்களைக் காட்டிலும் எனக்கு கொஞ்சம் அதிகமாகவே தெரியும். எல்லா மனிதர்களுக்கும் மூளை ஒரே விதமாய்தான் இருக்கும். அதை உபயோகப்படுத்துவதில்தான் புத்திசாலித்தனம் வெளிப்படும். சமீபத்திய மருத்துவ ஆய்வு என்ன சொல்லுது தெரியுமா..? 'மனிதன் தன் மூளையை முழுமையாய்ப் பயன்படுத்தவேயில்லை..! மெத்த படித்தவர்கள், அறிவியல் விஞ்ஞானிகள் என்று நாம் நினைப்பவர்களே தங்களுடைய மூலையில் 9 சதவீதம் மட்டுமே பயன்படுத்தியுள்ளனர்..! அவர்களே அப்படியென்றால், சாதாரண மனிதர்களைப் பற்றி சொல்லவே வேண்டாம்.' இதுதான் அந்த ஆய்வு முடிவு. ஒரு வகுப்புல மாணவன் ஒருத்தன் நல்லா படிச்சு மதிப்பெண் வாங்கறான்னா அதுக்கு என்ன அர்த்தம் தெரியுமா, யமுனா..? அந்த மாணவன் தன் மூளையை அதிகம் உபயோகப்படுத்தி இருக்கான்னு அர்த்தம்.

உனக்கு நேர்ந்த அநியாயங்களை எதிர்த்துப் போராட பணபலம் வேண்டாம். அரசியல் பலம் வேண்டியதில்லை. மூளையை உபயோகப்படுத்தி காய்களை நகர்த்தினால் போதும் எப்பேர்பட்ட கொம்பனாக இருந்தாலும் சாய்ச்சுடலாம்.."

"டா.. டாக்டர்..! நீங்க என்ன சொல்ல வர்றீங்கன்னு எனக்கு புரியலை..? அவங்களைத் தனிப்பட்ட முறையில் தண்டிக்கணும்னு நினைக்கிறீங்களா..? இல்லை.. சட்டத்துக்கு உட்பட்டு தண்டிக்கணும்ன்னு நினைக்கிறீங்களா...?"

"சட்டத்துக்கு உட்பட்டுதான்ம்மா..! எனக்கு எப்போதுமே வன்முறையில நம்பிக்கை கிடையாது..."

"சட்டத்தை தன் சட்டைப் பையில் போட்ட வைத்திருக்கும் போலீஸே அவங்க பக்கம் இருக்கும்போது நம்மால என்ன பண்ண முடியும் டாக்டர்..."

"என்னை நீ இன்னிக்குத்தான் முதல் தடவையாய்ப் பார்க்கிறே... இருந்தாலும் உன்கிட்டே ஒரு கேள்வி..! என்னை நீ நம்பறியா..?"

யமுனா சில விநாடிகள் யோசனையாய் இருந்துவிட்டு, பின் தீர்க்கமாய் தலையாட்டினாள்.

"நம்புறேன்.. டாக்டர்..!"

"அரைமனசோடு சொல்றியா...இல்லை உண்மையாவா...?"

"உண்மையாவே சொல்றேன் டாக்டர்.."

"நீ சொல்றது உண்மையாய் இருந்தா, என்கூட புறப்படு!"

"எங்கே டாக்டர்..?"

"என் வீட்டுக்கு..! இனிமே நீ என்கூடத்தான் இருக்கப்போறே.. உனக்கு எதிரா ஒரே வரிசையில நின்னுட்டிருக்கிற அந்த எதிரிகள் இனிமே எனக்கும் எதிரிகள்தான்! அவங்களை இந்த சமுதாயத்திலிருந்து அப்புறப்படுத்துறதுதான் நம்ம வேலை..! வாம்மா, புறப்படலாம்.. இந்தக் கட்டிடத்துப் பின்னாடி காரை நிறுத்தி இருக்கேன்."

யமுனா.. தயக்கத்தோடு நிற்க, சரவணப்பெருமாள் புன்னகைத்தார்.

"என்னம்மா..! இதுவரைக்கும் நீ வாழ்க்கையில சந்திச்ச எல்லாருமே மோசமானவங்களாய் இருந்தமாதிரி நானும் இருப்பேனோன்னு நினைக்கிறியா..? அப்படியொரு நினைப்பு உன் மனசுல இருந்தா என்கூட நீ வரவேண்டாம்மா..!"

"இல்ல.. டாக்டர்..! நான் வர்றேன்.." மெதுவான குரலில் சொன்ன யமுனா, டாக்டரை தொடர்ந்து நடந்தாள்.

உதவி போலீஸ் கமிஷனர் அருள்வர்மன் தனக்கு முன்பாய் வியர்த்த முகமாய் நின்றிருந்த இன்ஸ்பெக்டர் ராஜேந்திரனை எரிச்சலாய் பார்த்தார்.

"என்னய்யா சொல்றே..? அந்த யமுனா தப்பிச்சு ஓடிட்டாளா...?"

"ஆமா சார்.. வழியில் டிபன் வாங்க ஜீப்பை நிறுத்தினோம்...அதை பயன்படுத்திகிட்டு, நாங்க யாரும் எதிர்பார்க்காத நிமிஷத்துல யமுனா இறங்கி ஓடிட்டா, நாங்களும் பின்னாடியே தொரத்திகிட்டு போனோம். ஆனா, அந்த இருட்டுல அவளைப் பிடிக்க முடியலை.."

"அவ தப்பி ஓடினது எந்த இடம்..?"

"பூம்புகார் நகர் சார்.."

"அங்கே வீடுகள் நிறைய இருந்ததா...?"

"அவ்வளவாய் வீடுங்க கிடையாது சார்.. பெரும்பாலும் பாதிகட்டி முடிக்கப்பட்ட வீடுங்கதான்.."

"யமுனா அந்த பூம்புகார் நகருக்குள்தான் ஓடிப்போனான்னு உனக்கு உறுதியா தெரியுமா..?"

"தெரியும் சார்.. இருட்டுல அவ ஓடினாலும், உருவம் ஓரளவு நல்லாவே தெரிஞ்சது.."

"பாதி கட்டி முடிச்சியிருக்கிற ஏதாவது ஒரு வீட்டுக்குள்ளே போய் ஒளிஞ்சிருப்பாளோ..?"

"அந்த சந்தேகத்தோடு ஒரு வீட்டுக்குள்ளே நுழைஞ்சேன் சார். டார்ச் வெளிச்சத்துல அவளைத் தேடிகிட்டு இருக்கும்போது மொட்டை மாடியிலிருந்து டாக்டர் சரவணப்பெருமாள்ன்னு ஒருத்தர் இறங்கி வந்தார். அந்த வீட்டை அவர்தான் கட்டிகிட்டு இருக்காராம். அவர்கிட்டே விசாரிச்சேன். அதுக்கு அவர் யோசனை பண்ணிட்டு 'நான் மொட்டை மாடியில நின்னுட்டிருக்கும்போது கட்டிடத்துக்குப் பின்பக்கமாய் ஒரு பொண்ணு போறதைப் பார்த்தேன்'னு சொன்னார். நான் உடனே அந்தப் பக்கமா ஓடிப்போய் அரைமணி நேரம் தேடிப் பார்த்தேன். அந்த யமுனா பார்வைக்கே கிடைக்கலை.."

அருள்வர்மன் நிமிர்ந்தார்.

"அந்த டாக்டர் பேர் என்ன சொன்னே...?"

"சரவணப்பெருமாள் சார்...!"

"நீ யமுனாவைத் தேடிட்டு திரும்பி வர்றவரைக்கும், அவர் அந்த கட்டிடத்திலேதான் இருந்தாரா..?"

"இல்ல சார்.. அவர் புறப்பட்டுப் போயிட்டார். கட்டிடத்துக்குப் பின்பக்கம் ஒரு கார் நின்னுட்டிருந்தது. அரைமணி நேரம் கழிச்சு வந்து நான் பார்க்கும்போது கார் இல்லை..!"

"உனக்கு அந்த டாக்டர் சரவணப்பெருமாள் மேல சந்தேகம் வரலையா..?"

"ச.. சார்..!"

ராஜேந்திரன் திகைக்க, உதவி போலீஸ் கமிஷனர் சீறினார்.

"நீ போலீஸ் வேலைக்கே லாயக்கில்லைய்யா..! யமுனா அந்த டாக்டரோட வீட்டுக்குள்ளே நுழைஞ்சதை நீ பார்த்தியா...இல்லையா...?

"பார்த்தேன் சார்.."

"அப்புறம் எப்படி அவ பொட்டல் வெளியில ஓடி யிருப்பா? அந்த டாக்டர் ஏமாத்திட்டார்...உன்னை வேற பக்கம் திருப்பிவிட்டுட்டு அவளைக் காப்பாத்தி கூட்டிட்டுப் போயிருக்கலாம். மொதல்ல அந்த டாக்டர் யாருன்னு கண்டுபிடி.."

"சுலபமாய் கண்டுபிடிச்சுடலாம் சார்.."

"எப்படி..?"

"அவரோட கார் நம்பர் எனக்கு நல்லாவே ஞாபகம் இருக்கு சார்..."

12

இன்ஸ்பெக்டர் ராஜேந்திரன் பரபரவென்று செயல்பட்டு, அடுத்த பதினைந்து நிமிடங்களுக்குள் போலீஸ் உதவி கமிஷனர் அருள்வர்மனுக்கு முன்பாய் வந்து நின்றார்.

"சார்...! டாக்டர் சரவணப் பெருமாளின் கார் நம்பரை வெச்சு, ஆர்.டி.ஒ. ஆபிஸ் மூலமா அவருடைய முகவரியைக் கண்டுபிடிச்சுட்டேன். எண் 19, அம்பேத்கார் சாலை, ஈக்காட்டுத்தாங்கல், சென்னை."

"உடனே போய் அவருடைய வீட்டை சோதனை போடுங்க.. யமுனா அங்கேதான் இருப்பா.. லேட் பண்ண வேண்டாம்."

"எஸ்... சார்..."

"இந்த ராத்திரி நேரத்துல யமுனா போலீஸ் ஸ்டேஷனுக்கு அனுப்ப முடியாதுன்னு டாக்டர் சட்டம் ஏதாவது பேசினா என்ன பண்ணுவீங்க, ராஜேந்திரன்..."

"கொலைக்குற்றவாளிக்கு அடைக்கலம் கொடுத்ததுக்காக, டாக்டரையும் சேர்த்து கைது பண்ண வேண்டியதுதான் சார்.."

"குட்..! இன்னும் ஒரு மணி நேரத்துக்குள்ள, யமுனா இங்கே இருக்கணும்.."

"இருப்பா சார்.." சொன்ன ராஜேந்திரன், விறைப்பாய் சல்யூட் ஒன்றை அடித்துவிட்டு வெளியேறினார்.

ஈக்காட்டுத்தாங்கல் அம்பேத்கார் சாலையில் இருந்த சரவணப் பெருமாளின் பங்களா.

சாப்பாட்டு மேஜையில் யமுனாவும், சரவணப்பெருமாளும் எதிர்எதிரே உட்கார்ந்திருக்க, தட்டுகளில் விதவிதமான உணவுகள் மணத்தன.

"சாப்பிடும்மா யமுனா.."

"எனக்கு பசி இல்லை... டாக்டர்.."

"இதோ பாரு யமுனா..! உன் மனசுக்குள் இருக்கிற பயம் காரணமாத்தான் பசி இல்லாத மாதிரி தோணுது.. கொஞ்சமாவது சாப்பிட்டாத்தான் தைரியம் வரும். இனிமே எதுக்கும் நீ பயப்படாதே...! சாப்பிட்டுட்டு நிம்மதியா படுத்துத் தூங்கு.. நாளைக்குக் காலையிலிருந்து உனக்கு எதிராய் இருக்கிறவங்களை கதிகலங்க வைக்கிற மாதிரி காய்களை நகர்த்துவோம். நீ இந்த வீட்டைவிட்டு வெளியே வரவேண்டிய அவசியமே இல்லை.."

"டா.. டாக்டர்.."

"என்னம்மா?

"என்னைக் காப்பாத்தப்போய் நீங்க ஏதாவது ஆபத்துல மாட்டிக்குவீங்களோன்னு எனக்குப் பயமா இருக்கு..."

"அந்தப் பயமே உனக்கு வேண்டாம்.. எதிரிகள்

பலசாலிகளாய் இருக்கும்போது அவங்களுக்கு எதிரா போய் நின்னு சண்டைக்கு கூப்பிடுறது புத்திசாலித்தனம் கிடையாது...ராமர் மறைஞ்சிருந்து வாலியை வதம் பண்ணினமாதிரி, நாமளும் மறைஞ்சிருந்துதான் எதிரிகளோடு போராடணும். கோர்ட்டுல கொண்டுபோய் நிறுத்தணும்.. நீ எதைப்பத்தியும் கவலைப்படாதே.. மொதல்ல சாப்பிடும்மா.."

யமுனா ஒரு தட்டை நகர்த்தி வைத்துக்கொண்டு, இரண்டு வாய் சாப்பிட்டவள், வீட்டை தன் பெரிய விழிகளால் பார்வையிட்டபடி கேட்டாள்.

"டாக்டர்..! உங்களுக்கு ஒரு மகள் இருக்கிறதாய் சொன்னீங்களே..!"

"ம்.. இருக்காம்மா..! பேர் கயல்விழி. ஆஸ்திரேலியாவில் படிச்சிட்டிருக்கா..! படிப்பு முடிய இன்னும் ஆறு மாசம் இருக்கு.."

"டாக்டர்.. உங்க மனைவி..?"

"அது.. வந்து.. வந்து.."

"என்ன டாக்டர்..?

சரவணப்பெருமாள் மேலும் சில விநாடிகள் தயங்கிவிட்டு, பெருமூச்சொன்றை வெளியேற்றியபின் மெல்ல பேச ஆரம்பித்தார்.

"யமுனா..! என் மனைவி அன்னம் ஒரு இதய நோயாளி. கிண்டியில இருக்கிற மருத்துவமனையில் பல மாசமா சிகிச்சை எடுத்துட்டிருக்கா..! என் மனைவி குணமாகி வீட்டுக்கு வர்றதும், வராததும் அந்த கடவுளோட கையில்தான் இருக்கு..."

"டாக்டர்! உங்க வாழ்க்கையில இப்படியொரு

சோகம் இருக்கும்னு நான் கொஞ்சம்கூட நினைச்சுப் பார்க்கல.."

"யமுனா..! இந்த உலகத்தில் வாழுற ஒவ்வொரு மனுஷன்கிட்டேயும் ஏதோ ஒரு சோகம் இருக்கும். அந்த சோகம் பெருசா தெரியறதும், சிறுசா தெரியறதும் அவங்களோட மனசு இயல்புகளைப் பொறுத்தது...என் மனைவி உயிர் பிழைப்பாளா, மாட்டாளான்னு எனக்குத் தெரியாது...ஆனாலும், என் மனசைப் பக்குவப்படுத் திகிட்டேன். வாழ்க்கையையும், மரணத்தையும் ஒரே மாதிரி நேசிக்க ஆரம்பிச்சுட்டேன்.." சரவணப்பெருமாள் சொல்லிக் கொண்டிருக்கும்போதே மேஜை ஒரத்தில் இருந்த அவருடைய செல்போன் அழைத்தது.

"இது என் மனைவி அன்னத்தின் அழைப்பாய்த்தான் இருக்கும். வழக்கமா இந்த நேரத்துக்கு போன் பண்ணுவேன். நான் பண்ணாததால அவ பண்ணுறா.." சொன்னவர் செல்போனை எடுத்து காதுக்கு பொருத்திக்கொண்டு, பேசத் தொடங்கினார்.

"என்ன அன்னம்..?"

"இப்ப வீட்டுலதானே இருக்கீங்க..?"

"ஆமா.."

"ஏன் எனக்கு போன் பண்ணல..?"

"அது வந்து அன்னம்.. பூம்புகார் நகர்ல நாம கட்டிகிட்டு இருக்கிற வீட்டுக்குப் போயிட்டு இப்பத்தான் வந்து சாப்பிட உட்கார்ந்தேன். சாப்பிட்டுட்டு உன்கிட்ட பேசலாம்ன்னு நினைச்சிட்டிருந்தேன். நீயே போன் பண்ணிட்டே !"

"வேலைக்காரி பொன்னி சரியா நேரத்துக்கு வந்து சமைச்சு வெச்சிட்டு போறாளா...இல்லை லேட்டா

வர்றாளா...?”

“அதெல்லாம் சரியான நேரத்துக்கு வந்துடுறா.. அன்னம்.! நீ என்னைப்பத்தி கவலைப்படாதே..! இன்னிக்கு மருந்து மாத்திரையையெல்லாம் ஒழுங்கா சாப்பிட்டியா? காலையில உனக்கு மூச்சுத்திணறலாய் இருந்துச்சு...இப்ப பரவாயில்லையா...”

“எனக்கென்னங்க.. நான் நல்லாத்தான் இருக்கேன். கயல்விழி எனக்கு போன் பண்ணி ஒரு வாரமாச்சு.. உங்களுக்காவது போன் பண்ணினாளா..?”

“எனக்கும் போன் பண்ணலை...அவளுக்கு ஏதோ முக்கியமான பரிட்சை இருக்காம்...”

“என்னதான் பரிட்சை இருக்கட்டுமே...அப்பா, அம்மாவுக்கு போன் பண்ணி ஒரு அஞ்சு நிமிஷம் பேசக்கூடவா நேரம் இருக்காது... வரவர கயல்விழி சரி யில்லைங்க...அவளை ஆஸ்திரேலியாவுக்கு அனுப்பி படிக்க வெச்சது பெரிய தப்பாப்போச்சு...”

“அப்படி சொல்லாதே.. அன்னம்! படிப்புன்னு வந்துட்டா அவளுக்கு எல்லாமே மறந்துடும்.”

“நீங்க என்னிக்குமே அவளுக்கு சப்போர்ட்தான்!”

“சரி.. சரி.. அன்னம்! நாளைக்குக் காலையில கயல்விழி உனக்கு போன் பண்ணிப் பேசுவா...போதுமா?”

“ம்..”

“நீ சாப்பிட்டியா?”

“ம்..”

“என்ன சாப்பிட்டே?”

“வழக்கம்போல எண்ணெய் இல்லாத சப்பாத்தி

ரெண்டு. ஒரு தம்ளர் பால், வாழைப்பழம்! இன்னிக்கு உங்களுக்கு என்ன சாப்பாடு...?''

''ரவா கிச்சடி, அடை தோசை, பொங்கல்.''

''பொறாமையா இருக்குங்க...''

''கவலைப்படாதே... அன்னம் உனக்கு சீக்கிரமா உடம்பு நல்லாயிடும். அதுக்கப்புறம் நீயும் வகைவகையாய் சாப்பிடலாம்...''

''எனக்கு நம்பிக்கை இல்லீங்க...''

''இப்படியெல்லாம் பேசாதே அன்னம்... உடம்புக்கு முடியாதபோதுதான் தைரியமாய் இருக்கணும். சரி. மாத்திரையைப் போட்டுகிட்டு தூங்கு. நாளைக்கு வந்துப் பார்க்கிறேன்...''

டாக்டர் சரவணப்பெருமாள், செல்போனை அணைத்து மேஜை மீது வைத்தார்.

யமுனா அவரையே பார்த்தாள்.

அவர் சிரித்தார். ''என்னம்மா அப்படிப் பார்க்கிறே?''

''டாக்டர்! ஆஸ்பத்திரியில உங்க மனைவி, உங்க மகள் வெளிநாட்ல... ஆனா பிரச்னைகளே இல்லாத மாதிரி உங்களைக் காட்டிக்கிறீங்களே... எப்படி...?''

''எல்லாத்துக்கும் மனசுதாம்மா காரணம்! எந்த ஒரு பிரச்னையையும், நாம துணிச்சலோடு சந்திக்க தயாரா யிட்டா அந்தப் பிரச்னை நமக்கு துரும்பு மாதிரி தெரியும். நீ மொதல்ல சாப்பிடும்மா. நாளைக்குக் காலையில எல்லாத்தையும் பேசிக்கலாம்.''

சரவணப்பெருமாள் சொல்லிவிட்டு, ஒரு தட்டை நகர்த்தி வைத்துக்கொண்டு சாப்பிட ஆரம்பித்தார்.

"டாக்டர்.."

"சொல்லும்மா."

"நாளைக்குக் காலைல உங்க மனைவியைப் பார்க்க ஆஸ்பத்திரிக்குப் போகும்போது என்னையும் கூட்டிட்டுப் போறீங்களா...?"

"வேண்டாம்மா...! போலீஸ் உன்னை இப்போ மும்முரமா தேடிகிட்டு இருப்பாங்க! நீ உன் எதிரிகளை வீழ்த்துறவரை கொஞ்சநாள் தலைமறைவு வாழ்க்கை நடத்தியாகணும். இந்த வீட்டைவிட்டு வெளியே வரக்கூடாது. உனக்கு சமைக்கத் தெரியுமா...?"

"தெரியும்."

"அப்படீன்னா... நாளையிலிருந்து வேலைக் காரியையும் ஒரு ரெண்டு வாரத்துக்கு வரவேணாம்னு சொல்லிடுறேன். நான் அடிக்கடி வெளியூர் போறதால அவளுக்கும் சந்தேகம் வராது. மாடியில ஒரு ஏசி ரூம் இருக்கு. அங்கே நீ தங்கிக்கலாம். சின்ன லைப்ரரி ஒண்ணு இருக்கு. வேண்டிய புத்தகங்களை எடுத்துப் படிக்கலாம். நான் வீட்டுல இல்லாதபோது போன் வந்தா, நீ எடுத்துடாதே...!"

யமுனா கலக்கத்தோடு தலையாட்டினாள்.

இன்ஸ்பெக்டர் ராஜேந்திரன் நான்கைந்து காவலர்களோடு ஈக்காட்டுத்தாங்கலில் இருந்த சரவணப்பெருமாள் வீட்டுக்கு வந்தபோது, ராத்திரி பதினோரு மணி.

சுற்றுப்புறம் இருட்டில் உறைந்து போயிருந்தது.

ஜீப்பிலிருந்து இறங்கியவர், சாத்தியிருந்த

காம்பவுண்டு கேட் பக்கத்தில் இருந்த அழைப்பு மணியின் பொத்தானை தேடிக் கண்டுபிடித்து அழுத்தினார்.

முழுதாய் ஒரு நிமிட நேரத்துக்குப் பிறகு போர்டிகோவில் இருந்த டியூப்லைட் பளீரென்று ஒளிர்ந்து, இருட்டை விரட்டியது.

சரவணப்பெருமாள் வாசல் கதவைத் திறந்துகொண்டு, போர்டிகோவுக்கு வந்து வெளியே பார்த்து, குரல் கொடுத்தார்.

"யாரது...?"

"போலீஸ்!"

ராஜேந்திரன் பதிலளித்தபடி வெளியே நின்று எட்டிப் பார்த்தார்.

சரவணப்பெருமாள் முகம் இருண்டு போனவராய் அப்படியே நிற்க, ராஜேந்திரன் குரல் கொடுத்தார்.

"டாக்டர்! என்னைத் தெரியுதா? ரெண்டு மணி நேரத்துக்குமுந்தி, பூம்புகார் நகரில் நீங்க புதுசா கட்டிகிட்டு இருக்கிற வீட்டுக்கு நான் வந்திருந்தேன்."

"ஆமா.. ஞாபகம் இருக்கு."

"கொஞ்சம் கேட்டை திறக்கிறீங்களா...? உங்ககிட்டே பேச வேண்டிய விஷயம் ஒண்ணு இருக்கு..."

"எ.. எ.. என்ன.. விஷயம்...?"

"மொதல்ல கேட்டை திறங்க, ப்ளீஸ்.."

சரவணப்பெருமாள் தயக்க நடையோடு போய், பூட்டை விடுவித்து கேட்டை விரியத் திறந்து வைத்தார்.

ராஜேந்திரன், காவலர்களோடு உள்ளே நுழைந்தார்.

போர்டிகோ படிகளில் ஏறிக்கொண்டே சொன்னார்.

"டாக்டர்! உங்க வீட்டை சோதனை போடணும், இதோ சர்ச் வாரண்ட்..." கையில் வைத்திருந்த ஆவணத்தைக் காட்டினார்.

"எ... எ.. எதுக்காக சோதனை போடணும்...?"

"ஒரு கொலை வழக்கில் சம்பந்தப்பட்ட யமுனாங்கிற பொண்ணைத் தேடிகிட்டு இருக்கோம். அவ உங்க வீட்டுல இருக்கலாம்ன்னு நான் சந்தேகப்படுறேன்..."

"என்ன உளர்றீங்க இன்ஸ்பெக்டர்...? அந்தப் பொண்ணுக்கும், எனக்கும் என்ன சம்பந்தம்...? அவ எப்படி என் வீட்டுல இருக்க முடியும்...? அவளை நான் பார்த்ததுகூட கிடையாதே...!"

"டாக்டர்! பூம்புகார் நகர்ல அந்த யமுனாவைத் தேடி நான் உங்க வீட்டுக்கு வந்தப்ப, ஒரு பொண்ணு அந்தப் பக்கமா ஓடிகிட்டு இருந்ததைப் பார்த்தேன்னு நீங்க சொன்னீங்க...! நானும், அந்தப் பக்கமா ஓடிப்போய்ப் பார்த்தேன், யமுனா எங்க பார்வைக்கே கிடைக்கலை... திரும்பி வந்து பார்த்தப்ப, உங்க காரும் இல்லை. ஒருவேளை நீங்க அந்தப் பொண்ணை காப்பாத்தி இங்கே கூட்டிட்டு வந்திருக்கலாமோன்னு ஒரு சந்தேகம்.."

சரவணப்பெருமாளுக்கு நெற்றி வியர்த்தது. நாக்கு வறண்டது.

"அந்த யமுனாவை நான் எதுக்காக காப்பாத்தணும்...? உங்க சந்தேகம் முட்டாள்தனமானது. இன்ஸ்பெக்டர்."

"சாரி டாக்டர்! உங்க வீட்டை சோதனை போட நீங்க அனுமதிக்கணும். இல்லேன்னா சர்ச் வாரண்ட்டுக்கு மதிப்பு கொடுக்காத உங்களை கைது பண்ணி, போலீஸ்

ஜீப்பில் உட்கார வைச்சுட்டு, அதுக்கப்புறம் வீட்டை சோதனை போட வேண்டியிருக்கும். உங்களுக்கு எது வசதி...?”

“என் வக்கீலுக்கு நான் போன் பண்ணிக்கலாமா...?”

“இல்லை! சோதனை முடியும்வரை நீங்க வெளியே போகக்கூடாது. வெளியே இருந்தும் யாரும் உள்ளே வரக்கூடாது. வீட்டுல மொத்தம் எத்தனை அறை இருக்கு? வந்து காட்டுங்க.”

இன்ஸ்பெக்டர் ராஜேந்திரன் சொல்லிக்கொண்டே காவலர்களோடு உள்ளே போனார்.

சரவணப்பெருமாளின் நாடி நரம்புகள் ஆட்டம் கண்டன.

13

இன்ஸ்பெக்டர் இராஜேந்திரன், டாக்டரின் வீட்டுக்குள் நுழைந்துகொண்டே கேட்டார்.

"டாக்டர்..! இந்த வீட்டுல இப்போ எத்தனை பேர் இருக்கீங்க..?"

சரவணப்பெருமாள் லேசாய் வியர்த்துவிட்ட முகத்தோடு சொன்னார்.

"இப்போதைக்கு நான் மட்டும்தான்.. என் மனைவி இதய நோயாளி.. சிகிச்சைக்காக ஆஸ்பத்திரியில் அனுமதிக்கப்பட்டிருக்கா. மகள், ஆஸ்திரேலியாவில் மேற்படிப்பு படிச்சிட்டிருக்கா.. இன்னும் ஆறு மாசத்துக்குள்ள படிப்பை முடிச்சுட்டு இந்தியாவுக்கு திரும்பிடுவா.."

ராஜேந்திரன் அறையில் வந்து நின்று சுற்றும்முற்றும் பார்த்தார். "இவ்வளவு பெரிய வீடு இருக்கும்போது நகருக்கு வெளியே இருக்கிற பூம்புகார் காலனியில் எதுக்காக நீங்க இன்னொரு வீடு கட்டிகிட்டு இருக்கீங்க. டாக்டர்..?"

"இந்த பரபரப்பான நகர வாழ்க்கை எனக்குப் பிடிக்கலை. இந்த வீட்டை வித்துட்டு, புது வீட்டுக்குப் போயிடலாம்ன்னுதான்."

"வீட்டுல வேலைக்காரங்க இல்லையா..?"

"சமையல்காரி மட்டும்தான்! அவளும் காலையில் வந்துட்டு சாயந்தரம் போயிடுவா.."

"கீழே மூணு அறை இருக்கு! மேலே எத்தனை..."

"ரெண்டு.."

ராஜேந்திரன் திரும்பி காவலர்களை ஏறிட்டார். "நீங்க ரெண்டு பேரும் மேலே போய், ஒரு இடம் விடாம பாருங்க..! நான் கீழே பார்க்கறேன்.."

ராஜேந்திரன் சொல்லிவிட்டு, அடுத்த அறைக்குள் நுழைந்தார்.

சரவணப்பெருமாள் கோபமாய்ப் பின்தொடர்ந்தார்.

"இன்ஸ்பெக்டர்...! நான் கவுரவமான டாக்டர்..! என் வீட்டுல ஒரு பொண்ணு இருக்கிறதாய் நினைச்சுட்டு, இப்படி ராத்திரி நேரத்துல வந்து சோதனை போடுறது எனக்கு எவ்வளவு பெரிய அவமானம் தெரியுமா..?"

ராஜேந்திரன் சிரித்தார். "இதுல அவமானப்பட என்ன இருக்கு டாக்டர்? அந்த யமுனா ஒரு கொலைகாரி. அவளைத் தேடிக் கண்டுபிடிக்க வேண்டியது போலீஸ் துறையோட கடமை இல்லையா..? அந்தக் கடமையைத்தான் இப்போ பண்ணிகிட்டு இருக்கோம். கொலைகாரியை நீங்க வீட்டுக்குக் கூட்டிட்டு வந்து இருக்கலாம்னு என் மனசுக்குள் ஒரு சந்தேகம். அதை நிவர்த்தி பண்ணத்தான் வந்தோம்..! இதுல உங்களை அவமானப்படுத்தறது எங்க நோக்கம் கிடையாது..."

ராஜேந்திரன் பேசிக்கொண்டே ஒவ்வொரு அறையாய் நுழைந்தார். பீரோ, குளியலறை என்று ஒன்றையும் விடாமல் திறந்து பார்த்தார்.

கிட்டத்தட்ட இருபது நிமிட சோதனை மாடிக்குப்போன அந்தக் காவலர்கள் இரண்டு பேரும் இறங்கி வந்தார்கள்

"சார்..! மேலே எல்லா அறைகளையும் துருவிப் பார்த்துட்டோம். அந்த யமுனா இல்லை, சார்.. அவ பூம்புகார் காலனியில் ஏதாவது பக்கம் ஒண்டியிருந்து, அப்புறமா தப்பிச்சு போயிருப்பா சார்... நாம அங்கே சரியாப் பார்க்காமே வந்துட்டோம்.."

ராஜேந்திரன் பெருமூச்சொன்றை வெளியேற்றியபடியே தன் தாடையைத் தடவினார்.

சரவணப்பெருமாளிடம் திரும்பினார்.

"சாரி டாக்டர்..! இந்த அகால வேளையில் உங்களுக்கு தொந்தரவு கொடுத்துட்டோம்.."

"இது உங்களுக்கு சாதாரண விஷயமாய் இருக்கலாம். ஆனால், எனக்கு இது மானம் போகிற விஷயம்... இதை நான் சும்மா விடப் போறதில்லை.."

"என்ன பண்ணப் போறீங்க..?"

"கோர்ட்டுல உங்க மேல மானநஷ்ட வழக்கு போடுவேன்."

"இது மாதிரி எத்தனையோ வழக்குகளை நான் பார்த்துட்டேன். உங்க பங்குக்கு நீங்களும் ஒண்ணைப் போட்டு வையுங்க. டாக்டர்... எனக்கும் பொழுது போக வேண்டாமா..?"

ராஜேந்திரன் சொல்லி கண்ணைச் சிமிட்டி சிரித்துவிட்டு, வாசலில் நிறுத்தி இருந்த ஜீப்பை நோக்கிப்போக, காவலர்களும் பின்தொடர்ந்து போனார்கள்.

போலீஸ் ஜீப் கிளம்பிப் போனதும் - கதவை சாத்திவிட்டு உள்ளே வந்த சரவணப்பெருமாள், தன் படுக்கை அறைக்குள் நுழைந்து தலையணைக்குக் கீழே இருந்த செல்போனை எடுத்தார்.

இரண்டு தெரு தள்ளி குடியிருக்கும் தன் நண்பர் ராம்பிரசாத்துக்கு போன் செய்தார்.

"ஹலோ ராம்பிரசாத்.."

"என்ன டாக்டர்..?"

"உங்க வாய்க்கு சர்க்கரைதான் போடணும்...!"

"ஏன்.. என்னாச்சு..?"

"நீங்க சொன்ன மாதிரியே.. யமுனாவை நான்தான் காப்பாத்தி வீட்டுக்குக் கொண்டு வந்திருப்பேன்னு நினைச்சு என் வீட்டுக்கு போலீஸ் வந்துட்டாங்க. அரை மணி நேரம் சோதனை போட்டுட்டு, இப்பதான் கிளம்பிப் போனாங்க..."

மறுமுனையில் ராம்பிரசாத் சிரித்தார்.

"நான் ஒரு வக்கீல். இருபத்தஞ்சு வருஷமா போலீஸ்கூட பழகுறேன். அவங்க புத்தி எப்படி வேலை செய்யும்னு எனக்குத் தெரியாதா என்ன..? அதிலும், அந்த இன்ஸ்பெக்டர் ராஜேந்திரன், தரையில கோலம் போட்டிருந்தா அதுக்குள்ளேயும் புகுந்து பார்க்கிற எமகாதகப் பேர்வழி. அதனால்தான் ஒரு மணி நேரத்துக்குமுந்தி, நீங்க எனக்கு போன்பண்ணி 'யமுனா விஷயத்துல என்ன பண்ணலாம்'ன்னு சட்ட உதவி கேட்டப்ப, 'யமுனாவைத் தேடி எந்த நிமிஷமும் போலீஸ் உங்க வீட்டுக்கு வரலாம். அதனால, யமுனாவை உடனடியாய் என் வீட்டுக்கு அனுப்பி வையுங்க'ன்னு சொன்னேன். நீங்க கூட

'அது வேண்டியது இல்லை'ன்னு தயங்கினீங்க.. நான் கட்டாயப்படுத்தியதால் அனுப்பி வெச்சீங்க. இல்லேன்னா யமுனா இந்நேரம், அந்த ராஜேந்திரன் கையில் மாட்டி, போலீஸ் ஸ்டேஷனுக்குப் போயிருப்பா.."

"உங்க உதவிக்கு ரொம்பவும் நன்றி ராம்பிரசாத்..! ஆமா... யமுனா எப்படி இருக்கா..?"

"என் மனைவியும், யமுனாவும் மாடி அறையில உட்கார்ந்து பேசிட்டிருக்காங்க.. கூப்பிடவா..?"

"வேண்டாம்.. போலீஸ் வந்துட்டுப்போன விஷயத்தை மட்டும் அவகிட்டே சொல்லிடுங்க.. நாளைக்கு காலையில அவளை என் வீட்டுல கொண்டுவந்து விட்டுடுங்க.. இனி மேல் போலீஸ் தேடி வர மாட்டாங்கன்னு நினைக்கிறேன்.."

"டாக்டர்! இந்த விஷயத்தில ரிஸ்க் எடுத்துக்க வேண்டாம். ஒரு ரெண்டு நாளைக்கு யமுனா என் வீட்டிலே இருக்கட்டும். அதுக்கப்புறம் நானே உங்க வீட்டுக்கு அவளை அனுப்பி வைக்கிறேன்.."

"சரி.. ராம்பிரசாத்..! நீங்க சொன்னா அது சரியாத்தான் இருக்கும். நான் மறுபடியும் காலையில பேசுறேன்.."

"டாக்டர்! நீங்க யமுனாவைப் பத்தி கவலைப்பட வேண்டாம். அவளை துரத்துறவங்களை சட்ட ரீதியாய் எப்படி மாட்ட வைக்க முடியும்ன்னு நான் யோசனை பண்ணிகிட்டு இருக்கேன். அவங்க கத்தியோடும், ரத்த வெறியோடும் அலையுறாங்க... நாம புத்தியை உபயோகப்படுத்தித்தான் அவங்களை சாய்க்கணும். நிதானமா யோசனை பண்ணுவோம் டாக்டர். நீங்க போய்த் தூங்குங்க.. நாளைக்கு பேசுவோம். குட்நைட்.."

ராம்பிரசாத் மறுமுனையில் செல்போனை அணைத்து விட.. சரவணப்பெருமாளும் செல்போனை அணைத்துவிட்டு - படுக்கையில் மெல்ல சாய்ந்தார்.

மனசுக்குள் மெல்ல ஒரு பயம் முளைத்தது.

'அதிகார பலமும், பண பலமும் கொண்ட அந்த மதயானைக் கூட்டத்தை சட்டத்தின்முன் கொண்டுபோய் நிறுத்தி, யமுனாவைக் காப்பாற்ற முடியுமா..?'

நேரம் நள்ளிரவைத் தாண்டிவிட போலீஸ் ஸ்டேஷனில் இன்ஸ்பெக்டர் ராஜேந்திரன் ஓரிடத்தில் உட்காரப் பிடிக்காமல், வேகநடை போட்டுக் கொண்டிருந்தார். கண்களில் கோபச் சிவப்பு.

'ஒரு பொட்டச்சி இப்படி ஏமாத்திட்டாளே..! நாளை பொழுது விடியறதுக்குள்ள அவ இங்கே லாக்கப்புக்குள் இருந்தாகணும்...'

"யோவ் 304...!!"

ராஜேந்திரன் போட்ட சத்தத்தில் காவலர் ஒருவர் ஓடிவந்தார்.

"சார்.."

"ஸ்டேஷன்ல பாதுகாப்புக்கு ஒருத்தரை மட்டும் விட்டுட்டு, மத்தவங்க எல்லாரும் ஜீப்புல கிளம்புங்க. அந்த யமுனா தப்பிச்சு ஓடின இடத்தை ஒரு அங்குலம் விடாமல் சல்லடை போட்டுத் தேடுங்க. பொழுது விடியும்போது என் முன்னாடி அவ நிக்கணும்.. அவ இல்லாம இந்தப் பக்கம் யாரும் வராதீங்க.."

"எஸ்... சார்..."

காவலர்கள் வாசலில் நின்றிருந்த ஜீப்பை நோக்கி

வேகவேகமாய்ப் போக - ராஜேந்திரன் நாற்காலிக்கு வந்து இரண்டு கைகளாலும் தலையைப் பிடித்துக்கொண்டு உட்கார்ந்தார். உடம்பு முழுவதும் ரத்தம் வெப்பமாய் ஓடியது.

ஜீப் புறப்பட்டுப் போன சில நிமிடங்களில் பாதுகாப்பு காவலர் உள்ளே வந்தார். சல்யூட் அடித்து நின்றார்.

"சார்.."

"என்ன...?"

"உங்களைப் பார்த்து பேசறதுக்காக திவாகர்ன்னு ஒருத்தர் வந்திருக்கார்...உள்ளே அனுப்பலாமா..?"

"ம்.. அனுப்பு.."

அந்தக் காவலர் வெளியேறிப்போன அடுத்த நிமிடம், திவாகர் உள்ளே வந்தான்.

ஒரு சிரிப்போடு கேட்டான். "இன்ஸ்பெக்டர் என்னை யாருன்னு தெரியுதா..?"

"அந்த விளம்பரக் கம்பெனியில் ஒரு தடவை உன்னைப் பார்த்ததா ஞாபகம், சந்திரசேகர் அறிமுகம் பண்ணி வெச்சார்."

"சரியாச் சொல்லீட்டீங்க சார்..! அதைவிட ஒரு முக்கிய விஷயம்.. நான் யமுனாவோட லவ்வர். ஆனா, இப்ப அவளுக்கு எதிரி.. உங்ககிட்டே இருந்து யமுனா தப்பிச்சுட்டதா கேள்விப்பட்டேன் சார்.. இந்த ராத்திரிக்குள் அவளைப் பிடிக்கணும். இல்லேன்னா, அவளாலே புதுப்புது பிரச்னைகள் வரும். அவ லேசுப்பட்டவ இல்ல சார்..!"

"அவளுக்கு இந்த சென்னையில் அடைக்கலம் கொடுக்கக் கூடியவங்க யாராவது இருக்காங்களா..?"

"அவ ஒரு அனாதைக் கழுதை சார்.. அவளுக்கு ஆதரவு கொடுக்க இந்த ஊர்ல யாருமில்ல...யமுனாவை நாம மடக்கி, அவளை நம்ம வழிக்கு கொண்டு வரணும்ன்னா அதுக்கு ஒரு யோசனை இருக்கு சார். அதை உங்ககிட்டே சொல்லி, அனுமதி வாங்கிட்டு போகலாம்ன்னுதான் வந்தேன்.. சந்திரசேகர் அனுமதி கொடுத்துட்டார். நீங்களும் சம்மதம் சொல்லிட்டா, நான் வேலையை ஆரம்பிச்சுடுவேன்."

"சொல்லு! என்ன அது..?"

திவாகர் குரலைத் தாழ்த்திக்கொண்டு சொல்லத் தொடங்கினான்.

அவன் சொல்லச் சொல்ல இன்ஸ்பெக்டர் ராஜேந்திரனின் முகம் விறுவிறுவென மலர்ச்சிக்குப் போயிற்று.

"இதோ என் அனுமதி! வேலையை ஆரம்பி.."

திவாகர் உற்சாகமாய் எழுந்தான்.

கதவு தட்டும் சத்தம் கேட்டு நல்ல தூக்கத்தில் இருந்த சந்தியா விழித்துக்கொண்டு சுவர்க்கடிகாரத்தைப் பார்த்தாள்.

நேரம் 1.35.

இந்நேரத்துக்கு கதவைத் தட்டுவது யார்? யோசித்துக்கொண்டே பக்கவாட்டு ஜன்னலைக் கொஞ் சமாய்த் திறந்து வெளியே எட்டிப் பார்த்தாள்.

கதவருகே திவாகர் நிற்பது தெரிந்தது.

"என்ன திவாகர்...?"

"சந்தியா... யமுனா இங்க வந்தாளா..?"

"அவ ஏன் இங்கே வர்றா..? இந்நேரம் அவ போலீஸ் ஸ்டேஷன்ல இருப்பா.."

"உனக்கு விஷயமே தெரியாதா..?"

"இல்ல...என்ன..?"

"போலீஸ் ஸ்டேஷனுக்குப் போற வழியில ஜீப்பிலிருந்து குதிச்சு யமுனா தப்பிச்சுட்டா.."

"எ... எ.. என்னது.. தப்பிச்சுட்டாளா..?"

"ம்.. சிட்டி முழுக்க போலீஸ் அவளை வலைவீசி தேடிகிட்டு இருக்காங்க. அதைப்பத்தி உன்கிட்டே பேசத்தான் வந்தேன்..."

"மொதல்ல உள்ளே வாங்க திவாகர்.." சொன்ன சந்தியா கதவைத் திறந்துவிட்டாள்.

திவாகர் உள்ளே வந்ததும் கதவைத் தாழிட்டுவிட்டு படபடப்பான குரலில் கேட்டாள்.

"அவ எப்படி தப்பிச்சா..?"

"இனிமே அதைப்பத்தி பேசி பிரயோஜனமில்லை சந்தியா... பொழுது விடியறதுக்குள்ள அவளை உயிரோட பிடிக்கணும்.. இல்லேன்னா அவளோட கதையை முடிக்கணும்.."

"இந்த ராத்திரியில் அவளை எங்கே போய் தேடுறது..?"

"சந்தியா..! நான் இப்போ இன்ஸ்பெக்டர்கிட்டே பேசிட்டுத்தான் வர்றேன். நீ உதவி பண்ணினா, யமுனாவைக் கண்டுபிடிச்சுடலாம்..."

"நான் உதவி பண்ணுறதா..?"

"ம்.."

"நான் என்ன பண்ண முடியும்..?"

"முடியும்.."

"அதுதான் என்னன்னு கேட்கிறேன்..."

"நீ செத்துப் போகணும்...?"

திவாகர் சொல்லிக்கொண்டே தன் இடுப்புக்கு கையைக் கொண்டுபோய், அந்த முக்கால் அடி நீள பளபளப்பான கத்தியை வேகமாகக் கையில் எடுத்தான்.

14

திவாகரின் கையில் பளபளத்த கத்தியைப் பார்த்ததும், சந்தியா சர்வநாடியும் ஒடுங்கிப்போய் பயத்தில் அகலத்திறந்த விழிகளோடு பின்வாங்கி, சுவருக்குச் சாய்ந்தாள்.

"வே.. வேண்டாம் திவாகர்! எ... எ.. என்னை ஒண்ணும் பண்ணிடாதே! நான் அந்த சந்திரசேகருக்கு எவ்வளவோ உதவிகள் பண்ணி இருக்கேன்..."

திவாகர் சிரித்தான்.

"இதோ பாரு சந்தியா! இதுவரைக்கும் நீ பண்ணினதெல்லாம் உதவியே கிடையாது. இப்போ பண்ணப்போறதுதான் பெரிய உதவி. யமுனா மேல ஏற்கனவே ஒரு கொலைப் பழி இருக்கு. சரளாவை, யமுனாதான் கொலைபண்ணி இருக்கணும்ன்னு போலீஸ் எப்.ஐ.ஆர். போட்டு அவளைத் தேடிகிட்டு இருக்காங்க. உன்னையும் இப்போ தீர்த்துக் கட்டிட்டா, இந்தப் பழியும் அவமேல்தான் விழும். எல்லாப் பத்திரிக்கையிலேயும் அவளோட படத்தைப்போட்டு, 'போலீஸ் தேடும் கொலைக் குற்றவாளி இவள்'தான்னு செய்தியும் வந்துட்டா பொதுமக்கள் பார்வையிலிருந்து அந்த யமுனா தப்பமுடியாது..."

சந்தியா வியர்த்து வழிந்துகொண்டு இன்னமும் பின்னுக்கு நகர்ந்தாள்.

"தி.. தி.. திவாகர்! தயவு பண்ணி என்னை விட்டுடு! உனக்கு யமுனா தானே வேணும்..? எ.. எனக்கு ரெண்டு நாள் அவகாசம் கொடு, அவ இந்த சென்னையில் எங்கே இருந்தாலும் சரி, கண்டுபிடிச்சு உன் முன்னாடி நிறுத்துறேன்..."

"ரெண்டு நாள் அவகாசம் கொடுத்தா யமுனாவை நீ கண்டுபிடிச்சு கொடுத்துடுவியா?..."

"கண்டிப்பா..."

"இவ்வளவு பெரிய சென்னையில அவளை எங்கே போய்த் தேடுவே...?"

"என்னால அவளைத் தேடிக் கண்டுபிடிக்க முடியும் திவாகர்..."

"அதுதான் எப்படின்னு கேட்கிறேன்...?"

"யமுனா எங்கே போவா? யாரைப் போய் பார்ப்பான்னு எனக்கு நல்லாத் தெரியும்..."

"சந்தியா! நீ ஒரு விஷயத்தை மறந்துட்டு பேசிக்கிட்டு இருக்கே... யமுனாவைப் பொறுத்தவரை அவளுக்கு இப்போ நீ தோழி கிடையாது...எதிரி! நீ யார் என்கிற உண்மை அவளுக்குத் தெரிஞ்சிடுச்சு... இந்த நிலைமை யில யமுனாவின் நடவடிக்கைகள், நீ கண்டுபிடிக்க முடியாதபடி வேறுவிதமாகத்தான் இருக்கும். ரெண்டு நாள் இல்லை, ரெண்டு மாசம் கொடுத்தாலும் சரி, உன்னால் அந்த யமுனாவைக் கண்டுபிடிக்க முடியாது."

"இல்ல, திவாகர்! என்னால் கண்டுபிடிக்க முடியும். ரெண்டு நாள்கூட வேண்டாம். ஒரு நாள் கொடு போதும்.

அந்த யமுனாவை உன் முன்னாடி கொண்டு வந்து..."

சந்தியா சொல்லிக்கொண்டு இருக்கும்போதே அவளுடைய அடிவயிற்றில்.. திவாகர் கையிலிருந்த கத்தி ஆவேசமாய்ப் பாய்ந்தது.

"அ... அம்மா..ஆ.." என்று கத்த முயன்றவளை அப்படியே வாயைப் பொத்தி சுவரோடு சேர்த்து அழுத்தினான்.

சந்தியா தன் உயிரைவிட்டபடி கொஞ்சம் கொஞ் சமாய் உடம்பு துடித்து அடங்கினாள்.

துடிப்பு முழுவதுமாய் அடங்கியதும், திவாகர் அவள் வயிற்றில் இருந்த கத்தியை உருவி, வாஷ்பேஷினில் சுத்தம் செய்து கொண்டு, தன் செல்போனை எடுத்து இன்ஸ்பெக்டரை தொடர்பு கொண்டான்.

"சார்.. நான் திவாகர்.."

"என்ன.. காரியத்தை முடிச்சுட்டியா?"

"முடிச்சுட்டேன் சார்."

"நல்லாப் பார்த்துக்க.. உடம்புல உயிர் இருக்கப் போகுது.."

"பார்த்துட்டேன் சார்... முக்கால் அடி நீளக்கத்தி அடிவயித்துல முழுசும் சொருகி எடுத்துட்டேன்."

"சரி! நீ உடனடியாய் அந்த இடத்தைவிட்டு கிளம்பிடு...கிளம்புறதுக்குமுன் உன் கைரேகை பதிவுகளை அழிச்சு சுத்தம் பண்ணிடு...ஃபாரான்ஸிக் ஆளுங்க வந்து, சந்தியாவோட வீட்டை சோதனை போடறப்ப, ஒரு துண்டு கைரேகை பதிவுகூட உன்னோடது கிடைக்கக் கூடாது..."

"உங்களுக்கு அந்த கவலையே வேண்டாம் சார்!

க்ளவுஸ் மாட்டிகிட்டுதான் வேலையை முடிச்சேன்..."

"சரி.. மொதல்ல நீ அந்த இடத்தை காலி பண்ணு..."

"ச... சார்.."

"என்ன...?"

"யமுனாவை இந்த கொலை விவகாரத்தில எப்படி மாட்டிவிடப் போறீங்க?"

"நாளைக்கு நியூஸ் பேப்பர் பாரு...தெரியும்."

ராஜேந்திரன் மறுமுனையில் செல்போனை அணைத்துவிட திவாகரும் தன் செல்போனை சட்டை பாக்கெட்டில் போட்டுக்கொண்டு மல்லாந்து உயிரை விட்டிருந்த சந்தியாவைத் தாண்டியபடி வாசல் கதவை நோக்கிப் போனான்.

யமுனா கண் விழித்தபோது விடியற்காலை சூரியனின் கேரட் நிற வெளிச்சம், ஜன்னல் கண்ணாடிகளில் ஒட்டி இருந்தது.

காற்றில் மிதந்தது. பறவைகளின் இரைச்சல், பக்கத்தில் இருந்த ஏதோ ஒரு கோவிலிலிருந்து மெலிதாய் மந்திர உச்சாடனங்கள், ஒலிபெருக்கி வழியாய் வழிந்தது.

யமுனா எழுந்து உட்கார்ந்தாள். ராத்திரி நடந்த சம்பவங்கள் எல்லாம் மூளைக்குள் ஒரு தடவை வலம் வந்தன.

அந்த விநாடியே மனதிலும், வயிற்றிலும் பயம் அடைத்துக் கொண்டது.

"குட் மார்னிங்... யமுனா."

இருக்கும்..." சொன்ன ராம்பிரசாத் போய் ரிஸீவரை எடுத்தார்.

"ஹலோ.."

மறுமுனையில் சரவணப்பெருமாள்.

"ராம்பிரசாத்.."

"சொல்லுங்க டாக்டர்..."

"யமுனா எப்படி இருக்கா...?"

"இப்பத்தான் தூங்கி எந்திரிச்சா... என்ன விஷயம்... உன் குரல்ல ஏன் இவ்வளவு பதற்றம்...?"

"ராம்பிரசாத்! இன்னிக்குக் காலையில பேப்பர் பார்த்தீங்களா?"

"இன்னும் பார்க்கல...ஏன்?"

"மொதல்ல அதைப் பாருங்க.. முக்கியமா கடைசிப் பக்கம்.."

"என்ன?"

"பார்த்துட்டு எனக்கு போன் பண்ணுங்க! நானும் உடனே புறப்பட்டு வர்றேன்"

சரவணப்பெருமாள் ரிஸீவரை வைத்துவிட, ராம்பிரசாத்தும் ரிஸீவரை வைத்துவிட்டு பங்களாவின் முன்பக்கம் இருந்த வரவேற்பறையை நோக்கிப் போனார்.

டிப்பாயின்மேல் மடிப்பு கலையாமல் இருந்த அன்றைய பேப்பரை எடுத்துப் பிரித்தார்.

கடைசி பக்கம் பார்த்தார்.

கொட்டை எழுத்துக்களில் செய்தியும், யமுனாவின் படமும் பளிச்சென்று தெரிந்தன.

நள்ளிரவில் பயங்கரம்

இளம்பெண் குத்திக் கொலை!

விளம்பர மாடல் அழகி யமுனா தலைமறைவு!!

இது பற்றி கூறப்படுவதாவது :

சென்னையைச் சேர்ந்த சந்தியா வயது 23, தனியார் கம்பெனியில் பணிபுரிந்து வருபவர். இவரும், விளம்பர மாடல் அழகியுமான யமுனாவும் தோழிகள். ஒரே வீட்டில் தங்கி இருந்தனர். உயிருக்கு உயிராய் இருவரும் பழகியும் வந்தனர்.

இந்த நிலையில் நேற்று நள்ளிரவு சந்தியாவுக்கும், யமுனாவுக்கும் ஏதோ வாக்குவாதம் ஏற்பட்டு, அது கைகலப்பாகி கொலையில் போய் முடிந்துள்ளது. கத்தியால் குத்தப்பட்ட சந்தியா, ரத்த வெள்ளத்தில் துடி துடித்து இறந்தார்.

சம்பவத்தை நேரில் பார்த்த கூர்க்கா, போலீஸ்க்கு உடனடியாகத் தகவல் கொடுத்தார். போலீசார், சந்தியாவின் உடலைக் கைப்பற்றி விசாரணை நடத்தினார்கள்.

விசாரணையின் போது கூர்க்கா கூறியதாவது :

"என் பெயர் தயான். நான் வழக்கமான ரோந்து பணியில் ஈடுபட்டிருந்தபோது சந்தியாவின் வீட்டருகே நேற்று நள்ளிரவு வந்தேன். அப்போது வீட்டுக்குள் பலத்த சத்தம் கேட்டது. அதில் கோபமும், கீழ்த்தரமான வார்த்தைகளுமாய் இருந்ததால் திறந்து இருந்த பக்கவாட்டு ஜன்னலுக்கு போய் மெல்ல உள்ளே எட்டிப் பார்த்தேன். சந்தியாவும், யமுனாவும் ஏதோ பிரச்னை குறித்து கோபமாய்ப் பேசினார்கள்.

140

நான் என்ன செய்வது என்று புரியாமல் திகைத்துக் கொண்டிருக்கும்போதே யமுனா, சமையலறைக்குள் வேகமாய்போய் ஒரு கத்தியோடு வந்தாள். கண் இமைக்கும் நேரத்துக்குள் சந்தியாவைக் குத்தினாள். நான் சத்தம் போட்டதும், திரும்பிப் பார்த்த யமுனா வீட்டின் பின்வாசல் வழியாய் தப்பி ஓடினாள். நான் சிறிது தூரம் துரத்தினேன். அவள் இருட்டில் நிறுத்தியிருந்த காரில் ஏறி தப்பிவிட்டாள்.”

ராம்பிரசாத் செய்தியைப் படித்துக் கொண்டிருக்கும்போதே சரவணப்பெருமாள் வேகவேகமாய் உள்ளே வந்தார்.

“என்ன அக்கிரமம் பார்த்தீங்களா ராம்பிரசாத்... ஒரு அப்பாவிப் பெண்ணை இப்படியா வேட்டையாடுவாங்க...”

ராம்பிரசாத் தன் மோவாயை கவலையாய் வழித்துக்கொண்டே சரவணப்பெருமாளை ஏறிட்டார்.

“டாக்டர்! போலீஸ் ஒருத்தரை குறி வைச்சுட்டா, அவ்வளவு தான். கடைசிவரை விடவே மாட்டாங்க.. அதைத்தான் இப்ப பண்ணிட்டு இருக்காங்க...”

“ஒரு பெண் இந்த சமுதாயத்துல தன் கற்பைக் காப்பாத்திக்க எவ்வளவு பெரிய விலை கொடுக்க வேண்டியிருக்கு, பார்த்தீங்களா...”

“என்ன செய்யலாம், டாக்டர்?”

“போலீஸோட நடவடிக்கைகள் இதோடு நின்னுடாது...இதுக்கு மேலேயும் போகும்ன்னு நினைக்கிறேன்...”

“ஒரு பக்கம் அரசியல், இன்னொரு பக்கம் பணம், போலீஸ்.. மூணாவது இப்ப கொலைப் பழி..”

"யமுனாவை எப்படி காப்பாத்தப் போறோம்ன்னு தெரியலையே...?"

சரவணப்பெருமாள் பெருமூச்சொன்றை வெளியேற்றியபடி தளர்வாய் நாற்காலிக்கு சாய, ராம்பிரசாத்தின் மனைவி தாரணி பக்கத்தில் வந்தாள்.

"டாக்டர்.."

சரவணப்பெருமாள் நிமிர்ந்தார்.

"என்னம்மா...?"

"யமுனாவைக் காப்பாத்த ஒரு வழி இருக்கு... சொல்லட்டுமா...!" என்றாள்.

15

தாரிணியை டாக்டர் சரவணப்பெருமாள் வியப்பாய்ப் பார்த்தார்.

"யமுனாவை காப்பாத்த வழி இருக்கா..?"

"ம்.."

"என்ன வழி..?"

"அதைப்பத்தி உங்ககிட்ட பேசுறதுக்கு முன்னாடி, யமுனாகிட்ட நான் பேசணும். யமுனா அதுக்கு சம்மதிச்சாதான் நான் உங்ககிட்ட அதைப்பத்தி பேச முடியும்.."

ராம்பிரசாத் தன் மனைவி தாரிணியை சற்றே கோபத்தோடு பார்த்தார்.

"தாரிணி! உன் ப்ளான்தான் என்ன? எதைச் சொல்றதாய் இருந்தாலும் என்கிட்ட சொல்லலாமே..?"

"வேண்டாம்..! முதல்லே நான் யமுனாகிட்டே பேசணும். யமுனா அந்த திட்டத்துக்கு மனப்பூர்வமாய் சம்மதம் கொடுத்தாத்தான் உங்ககிட்டேயும், டாக்டர்கிட்டேயும் அதைப்பத்தி பேச முடியும்.." சொன்ன தாரிணி, தனக்குப் பக்கத்தில் நின்றிருந்த யமுனாவின் தோள்மேல் கை வைத்தாள்.

"வா.. யமுனா..! மாடியில இருக்கிற என் அறைக்குப் போலாம்.."

இருவரும் போனார்கள்.

மாடி அறைக்குள் நுழைந்ததும் கதவைச் சாத்திக்கொண்ட தாரிணி, யமுனாவை அங்கிருந்த சோஃபாவில் உட்கார வைத்துவிட்டு தானும் பக்கத்தில் அமர்ந்தாள்.

"யமுனா..! நான் இப்போ சொல்லப்போற விஷயம் உனக்குத் திகைப்பாய் இருக்கலாம்.. நான் சொல்லப் போறதை மனசுல நல்லா உள்வாங்கிட்டு தீர்க்கமா யோசனைபண்ணி உன் பதிலை சொன்னா போதும்..."

யமுனா குழப்பமாய்த் தலையாட்ட தாரிணி சில விநாடி மவுனமாய் இருந்துவிட்டு கேட்டாள்.

"டாக்டர் சரவணப்பெருமாளோட வீட்டில நீ இருந்தப்ப அவரோட மகள் கயல்விழியைப்பத்தி உன்கிட்ட அவர் ஏதாவது சொன்னாரா...?"

"ம்.. சொன்னார்.."

"என்ன சொன்னார்..?"

"அவரோட மக கயல்விழி ஆஸ்திரேலியாவில் படிச்சிட்டு இருக்கறதாய் சொன்னார்.."

"அப்புறம் என்ன சொன்னார்?"

"படிப்பை முடிச்சுட்டு ஆறு மாசத்துக்குள் இந்தியாவுக்கு திரும்பி வந்துடுவாள்ன்னும் சொன்னார்..."

"பொய்..!"

தாரிணி விரக்தியாய் புன்னகைத்தாள்.

"பொ.. பொய்யா..?"

"ஆமா.. அக்மார்க் பொய்! கயல்விழி உயிரோட இருந்தாதானே அவ ஆஸ்திரேலியாவிலிருந்து திரும்பி வருவா..?"

யமுனாவின் கண்கள் வியப்பில் நிலைத்தன.

"நீ.. நீங்க என்ன சொல்றீங்க மேடம்..? டாக்டரோட மக கயல்விழி உயிரோட இல்லையா..."

"ஆமா.. மூணு மாசத்துக்கு முன்னாடி ஆஸ்திரேலியாவில ஒரு சாலை விபத்தில் கயல்விழி இறந்துட்டா.. அந்த நியூஸ் வந்தப்ப டாக்டரோட மனைவி அன்னமும் இருதய நோயால பாதிக்கப்பட்டு, ஆஸ்பத்திரி யில சேர்ந்தாங்க. கயல்விழி இறந்துபோன விஷயத்தைச் சொன்னா அவங்க உயிருக்கு ஆபத்து ஏற்படலாம்ங்கிற பயத்துல டாக்டர் சரவணப்பெருமாள் விஷயத்தைச் சொல்லல...ஒரு மருத்துவ கருத்தரங்குன்னு டாக்டர் பொய் சொல்லிட்டு ஆஸ்திரேலியா போய், தன் மகள் கயல்விழியோட காரியங்களைப் பண்ணிட்டு வந்தார்..."

யமுனா அதிர்ந்து போனவளாய் நிமிர்ந்தாள்.

"டாக்டரோட வாழ்க்கையில இவ்வளவு பெரிய சோகம் இருக்கா..?"

"டாக்டர் சரவணப்பெருமாள் எப்பவுமே பிரச்னைகளைப் பார்த்து பயப்படாதவர். எதையும் சந்திச்சு ஜெயிக்கணும்னு நினைக்கிறவர். கயல்விழி சாலை விபத்தில் இறந்துட்டான்னு தெரிஞ்சதுமே அவர் பண்ணின முதல் வேலை என்ன தெரியுமா..? பல குரல்ல பேசுற பொண்ணைத் தேடியதுதான்..."

"எதுக்கு..?"

"மகள் இறந்துபோன விஷயத்தை, தன் மனைவி அன்னத்துகிட்ட எவ்வளவு நாளைக்குத்தான் மறைக்க

முடியும்..? வாரத்துக்கு ரெண்டு, மூணு தடவையாவது ஆஸ்திரேலியாவிலிருந்து கயல்விழி தன் அம்மாவுக்கு போன் பண்ணிப் பேசுவா... அதைத் தொடர வேண்டாமா..?”

“அதுக்காக..?”

“டாக்டர் சரவணப்பெருமாள், சுவாதிங்கிற ஒரு பெண்ணை தன் வீட்டுக்கு கூட்டிட்டு வந்து, கயல்விழி ஏற்கனவே பேசியிருந்த ஆடியோ கேசட்டுகளை போட்டுக்காட்டி கயல்விழி மாதிரியே பேச பயிற்சி கொடுத்தார். அந்தப் பொண்ணும் சில மணி நேரங்களில் கயல்விழி மாதிரி பேசப் பழகிட்டு, போன்பண்ணி ஆஸ்திரேலியாவிலிருந்து பேசுறமாதிரி பேசி, அன்னத்தை நம்பவெச்சிட்டா...! கயல்விழி இன்னும் ஆஸ்திரேலியாவில படிச்சிகிட்டு இருக்கிறதாகவும், ஆறு மாசம் கழிச்சு படிப்பை முடிச்சுட்டு சென்னை திரும்புவாள்ன்னும் அன்னம் நம்பிக்கையோடு காத்துக்கிட்டிருக்காங்க.. ஆறு மாசத்துல ரெண்டு மாசம் ஓடியாச்சு. இன்னும் நாலு மாசம்தான் இருக்கு.”

தாரிணி பெருமூச்சோடு பேச்சை நிறுத்த யமுனா பதற்றமாய் நிமிர்ந்தாள். “எப்படி இந்த இக்கட்டான நிலையை டாக்டர் சமாளிக்கப் போறார்...?”

“அதுக்கும் அவர் ஒரு திட்டம் வெச்சிருக்கார். யமுனா. அந்தத் திட்டத்தை செயல்படுத்த அவருக்கு வேண்டியது உன்னை மாதிரி ஒரு அழகான இளம் பெண்..”

“நீங்க சொல்றது எனக்குப் புரியல மேடம்.. என்னை மாதிரி ஒரு பெண்ணால டாக்டரோட பிரச்னையை எப்படித் தீர்க்க முடியும்...?”

“முடியும்..” என்று மேலும் கீழுமாய் தலையசைத்த

தாரிணி, ஒரு சின்ன புன்னகையோடு தொடர்ந்தாள்.

"யமுனா! டாக்டர் சரவணப்பெருமாள் எந்தத் துறையில் ஸ்பெஷலிஸ்ட்ன்னு உனக்குத் தெரியுமா...?"

"தெரியாது.."

"அவர் ஒரு பிளாஸ்டிக் சர்ஜன். அவலட்சண தோற்றமுடைய முகங்களை அறுவை சிகிச்சை செஞ்சு அழகாக மாற்றக்கூடியவர். நான் இப்போ என்ன சொல்ல வர்றேன்னு உனக்கு புரிஞ்சிருக்கும்ன்னு நினைக்கிறேன். நீ விருப்பப்பட்டா...டாக்டர் உன்னை கயல்விழியாக மாத்திக் காட்டுவார்.."

"மே.. மேடம்.."

"இப்படிப்பட்ட விஷயங்களை மொதல்ல கேட்கும்போது அதிர்ச்சியாய்த்தான் இருக்கும்... நிதானமா யோசிச்சுப் பார்க்கும்போதுதான் அந்த அதிர்ச்சி கொஞ்சம் கொஞ்சமா காணாமப் போகும்..."

யமுனா இன்னமும் அதிர்ச்சியிலிருந்து சற்றும் மீளாமல் அப்படியே உறைந்துபோய் உட்கார்ந்திருக்க, தாரிணி அவளுடைய தோளைத் தொட்டபடி மெல்லிய குரலில் தொடர்ந்து பேச ஆரம்பித்தாள்.

"யமுனா..! உன் அதிர்ச்சி எனக்குப் புரியுது. யாருமே தன் சொந்த முகத்தை எந்தக் காரணத்துக்காகவும் இழக்க விரும்ப மாட்டாங்க. ஆனா.. உன் நிலைமை இப்போ சரியில்லை..! நீ உன்னைக் காப்பாத்திக்க போலீ ஸ்கிட்டேயும் போக முடியாது. அரசியல்வாதிக்கிட்டேயும் போக முடியாது. மனித உரிமை ஆணையத்துக்கும் போக முடியாது. உன்னை வேட்டையாட ஒரு ஓநாய் படையே வெளியே சுத்திகிட்டு இருக்கு... எவ்வளவு நாளைக்குத்தான் உன்னால தலைமறைவு வாழ்க்கை

நடத்த முடியும்...? நீ இந்த உருவத்தில இருந்தா உன்னைக் கண்டிப்பா கண்டுபிடிச்சுடுவாங்க. கண்டுபிடிச்ச அதேவிநாடி உன்னைக் கொலை பண்ணவும் அந்த கும்பல் தயங்காது. அதனால நீ கயல்விழியா மாறணும். அப்படி கயல்விழியா மாறிட்டா, நீயும் உன்னைக் காப்பாத்திக்கலாம், மருத்துவமனையில் சிகிச்சைப் பெறும் டாக்டரோட மனைவி அன்னத்தையும் காப்பாத்திடலாம். அதுக்கப்புறம் நீ உன் வாழ்நாள்வரை டாக்டரின் மகள் கயல்விழியாகவே இருந்துடலாம். எதிரிகள் உன்னை தேடிக்கிட்டு வெளியேவே இருக்கட்டும்...!"

யமுனா அதிர்ச்சியிலிருந்து கொஞ்சமாய் மீண்டு தாரிணியை ஏறிட்டாள்.

"மேடம்..! இந்த திட்டம் நீங்க சொல்லும்போது நல்லா இருக்கு.. ஆனா நடைமுறைக்கு ஒத்துவருமா...?"

"ஏன் ஒத்துவராது..?"

"டாக்டர் சரவணப்பெருமாள் பிளாஸ்டிக் சர்ஜரி செய்யறதுல சிறப்பு வாய்ந்த டாக்டர்ன்னு சொன்னீங்க.. அவராலே என் முகத்தை முழு அளவில் கயல்விழி முகமாய் மாத்த முடியுமா..?"

"அவராலே முடியும்..."

"எனக்கு நம்பிக்கையில்லை, மேடம்..! செயற்கை, இயற்கையை ஜெயிச்சதா சரித்திரம் இல்லை..."

"உனக்கு நம்பிக்கை வந்தா, பிளாஸ்டிக் சர்ஜரி பண்ணிக்க சம்மதிப்பியா யமுனா..?"

"வேண்டாம் மேடம்.. இது வீண்முயற்சி! ஒரு பிரச்னையைத் தீர்க்கப்போய் பல பிரச்னைகள் உருவாகலாம்" யமுனா பேசப்பேச தாரிணி

கையமர்த்தினாள்.

"நான் கேட்ட கேள்விக்கு பதில் சொல்லு. உனக்கு நம்பிக்கை வந்தால் பிளாஸ்டிக் சர்ஜரி பண்ணிட்டு.. நீ கயல்விழியாய் மாறத் தயாரா?"

"ம்.. தயார்.."

"சரி.. நீ இங்கேயே உட்காரு... நான் இப்ப வந்துடுறேன்.." சொன்னவள். எழுந்து உள்ளே போனாள்.

இரண்டு நிமிட நேரத்துக்குப் பிறகு கையில் ஒரு புகைப்படத்தோடு வந்தாள்.

"யமுனா..! இந்தப் படத்தைக் கொஞ்சம் பாரு.."

தாரிணி நீட்டிய படத்தை வாங்கிப் பார்த்தாள் யமுனா.

படத்தில் ஒரு நடுத்தர வயதுப்பெண் புன்னகை முகமாய்த் தெரிந்தாள்.

"இது யாரு மேடம்..?"

"யாருன்னு தெரியலையா..."

"தெரியலையே..!"

"நல்லாப் பாரு.."

யமுனா மறுபடியும் படத்துக்குப் பார்வையைக் கொண்டு போனாள். உற்றுப் பார்த்துவிட்டு தலையாட்டினாள்.

"தெரியலை மேடம்.."

தாரிணி மெல்ல சிரித்துவிட்டு சொன்னாள்.

"அந்தப் படத்தில் இருக்கிறது நான்தான்.."

யமுனா திடுக்கிட்டுப்போய் நிமிர்ந்தாள்.

"மே.. மேடம்..! எ.. என்ன.. சொல்றீங்க.. இது.. நீங்களா...?"

"நானேதான்...! அஞ்சு வருஷத்துக்கு முன்னாடி நான் இப்படித்தான் இருந்தேன்... இப்போ நீ என்னை பார்த்துட்டிருக்கிற முகம், டாக்டர் சரவணப்பெருமாளால் பிளாஸ்டிக் சர்ஜரி செய்யப்பட்ட முகம்..."

யமுனா திகைப்போடு தன் கையிலிருந்த படத்தையும், தாரிணியையும் மாறிமாறிப் பார்த்தாள்.

"மே.. மேடம்..! இது உ.. உ.. உண்மையா...?"

"உண்மையோ உண்மை..! அஞ்சு வருஷத்துக்கு முன்னாடி சமையல் அறையில நான் சமைக்கும்போது, சோறு கொதிச்சுகிட்டிருந்த குக்கர் வெடிச்சுச்சிதறி என் முகத்துல பட்டு முகமே வெந்துபோய் கோரமாயிடுச்சு... நல்லவேளையா பார்வை போகல... டாக்டர் சரவணப்பெருமாள்தான் சிகிச்சை கொடுத்தார். ஆஸ்பத்திரியில ஒரு மாசம் இருந்தேன். காயங்கள் ஆறினதும் கண்ணாடியில் என் முகத்தைப் பார்த்தேன். பார்க்கச் சகிக்கல... கண்ணாடியைப் பார்க்கவே நான் பயப்பட்டேன். டாக்டர் சரவணப்பெருமாள்தான் எனக்கு ஆறுதல் சொன்னார். முகத்தை அழகா மாத்திக் காட்டுறதா சொன்னார். இந்த விஞ்ஞான யுகத்துல பிளாஸ்டிக் சர்ஜரி எவ்வளவோ முன்னேற்றம் அடைஞ் சிருக்குன்னு சொல்லி, சில முக அமைப்புகளைக் காட்டினார். அதுல ஒரு முக அமைப்பைத் தேர்வு பண்ணி நான் பிளாஸ்டிக் சர்ஜரி பண்ணிகிட்டேன். அஞ்சு வருஷம் ஓடிப்போச்சு. எனக்கு என் பழைய முகமே மறந்து போச்சு...!"

யமுனா இன்னமும் பிரமிப்பிலிருந்து மீளாமல், தாரிணியின் முகத்தையே பார்த்துக் கொண்டிருந்தாள்.

"மேடம்..! உங்க முகம் பிளாஸ்டிக் சர்ஜரி பண்ணின மாதிரியே இல்லை. இயற்கையா இருக்கு..."

"டாக்டர் சரவணப்பெருமாள் வெளிநாடுகளுக்குப் போய் படிச்சு, பிளாஸ்டிக் சர்ஜரியில் பல பட்டங்கள் வாங்கினவர். உன்னை கயல்விழியாய் மாத்தறது அவருக்கு ஒரு பெரிய விஷயமே கிடையாது.. நீ கயல்விழியாய் மாறிட்டா போலீஸ் தொந்தரவு இருக்காது. உன் வாழ்க்கையை நாசமாக்க நினைக்கிற திவாகர், சந்திரசேகர், காயத்திரிதேவி மாதிரி ஓநாய்களைப்பத்தி நீ கவலைப்பட வேண்டியது இல்லை.. எல்லாத்துக்கும் மேலா அவங்க முன்னாடியே நீ போலாம்.. வரலாம்..! வெளியே நீ கயல்விழி. உள்ளே யமுனா..! உன் வாழ்க்கை உனக்கே த்ரிலிங்காக இருக்கும்..! நல்லா யோசனை பண்ணிப்பாரு யமுனா..."

"நீங்க சொல்ற யோசனை நல்லாத்தான் இருக்கு மேடம்.. ஆனாலும்.."

"இதோ பாரு யமுனா! இந்த.. ஆனாவும், ஆவன்னாவும் வேண்டாம்.. நான் உன் நன்மைக்காகத்தான் சொல்றேன்..."

"சரி மேடம். நான் கயல்விழியா மாறத் தயார்.. ஆனா ஒரே ஒரு நிபந்தனை..."

"என்ன நிபந்தனை..?"

"என்மேல் இப்போ ரெண்டு கொலைப்பழி இருக்கு. சரளாவையும், சந்தியாவையும் நான்தான் கொலை பண்ணிட்டாய் போலீஸ் என்னைத் தேடிகிட்டு இருக்காங்க இல்லையா மேடம்..?"

"ஆமா."

"இதுக்கெல்லாம் காரணம் அந்த திவாகர்,

சந்திரசேகர், காயத்திரிதேவிதானே...?”

"ஆமா.. அதிலென்ன சந்தேகம்..?”

"நான் கயல்விழியாய் மாறின பின்னாடி... அந்த மூணு பேரையும் வரிசையா ஒவ்வொருத்தராய் தீர்த்துக்கட்டப் போறேன். அதுக்கு நீங்க உதவி பண்ணணும்...!”

யமுனா சொன்னதைக் கேட்டு, தாரிணி மெல்லச் சிரித்தாள்.

யமுனா கேட்டாள்.

"ஏன் மேடம் சிரிக்கிறீங்க..?

"இதை நானே சொல்லலாம்ன்னு இருந்தேன்..”

16

யமுனா அதிர்ந்துபோய் தாரிணியைப் பார்க்க, அவள் புன்னகைத்தாள்.

"என்ன யமுனா..! அப்படி பார்க்கிறே..?"

"மேடம்! நீங்க இவ்வளவு தைரியமாய் இருப்பீங்கன்னு நான் கொஞ்சம் கூட நினைச்சே பார்க்கல.."

தாரிணி, யமுனாவின் தோள்மீது கை வைத்தாள்.

"இதோ பாரு யமுனா..! என் கல்லூரி நாட்களிலிருந்து சில கொள்கைகளை நான் கடைபிடிச்சுட்டு வர்றேன். அதுல முக்கியமானது. பெண்களுக்கு எதிராய் பாலியல் பலாத்காரம் நடந்தால் அதை பொறுக்கமாட்டேன். பஸ்சில், ரோட்டில், சினிமா தியேட்டரில் நடந்த எத்தனையோ ஈவ்டீசிங் சம்பவங்களை தைரியமா தட்டிக் கேட்டிருக்கேன். அதுல சம்பந்தப்பட்ட ஆண்களுக்கு கோர்ட் மூலமா தண்டனையும் வாங்கிக் கொடுத்திருக்கேன்... உனக்கு இப்போ நடந்துட்டிருக்கிற கொடுமை ரொம்ப ரொம்ப மோசமானது. ஒரு பெண்ணோட உயிருக்கும், கற்புக்கும் யார் யாரெல்லாம், துணையாய் பாதுகாப்பாய் இருக்கணுமோ அவங்க எல்லாருமே உனக்கு எதிரிகளாய் இருக்காங்க..

என்னைப் பொறுத்தவரை அந்த திவாகர், சந்திரசேகர், காயத்திரிதேவி மூணு பேருமே மனுஷங்க இல்லை. அரக்கர்கள் இனம்! அவர்களை வதம் பண்ணலாம்ன்னு தர்மம் சொல்லுது. நான் உனக்கு உதவி பண்ணுறேன். மொதல்ல நீ கயல்விழியாய் மாறு! நாம் அந்த அரக்கர்களை வதம் பண்ணப்போகிற விஷயம் உன்னையும், என்னையும் தவிர யாருக்குமே தெரிய வேண்டாம். என் கணவருக்கும், டாக்டருக்கும் எதையுமே சட்டப்படி பண்ணித்தான் பழக்கம். அந்த வழி நமக்கு உதவாது. நாம் அவங்க பேச்சைக் கேட்கிறமாதிரி நடிச்சுகிட்டே, திரைமறைவில் காரியத்தை முடிப்போம்.."

"சரி .. மேடம்..! இப்ப நான் என்ன பண்ணணும்...?"

"வெளியே காத்துட்டிருக்கிற டாக்டர் சரவணப்பெருமாள்கிட்டேயும், என் கணவர்கிட்டேயும் போறோம். கயல்விழியாய் மாற சம்மதம்ன்னு நீ டாக்டர்கிட்டே சொல்லப்போறே.. அதைக் கேட்டதும் அவர் ரொம்பவும் சந்தோஷப்படுவார். காரணம், உன்னை மாதிரி ஒரு பொண்ணைத்தான் அவர் இத்தனை நாளா தேடிகிட்டு இருந்தார்... என் கணவரும் சந்தோஷப்படுவார்...!"

இருவரும் அறையைவிட்டு வெளியே வந்தார்கள்.

முன் அறையில் காத்திருந்த சரவணப் பெருமாளுக்கும், ராம்பிரசாத்துக்கும் முன்பாய் வந்து நின்றார்கள்.

மனைவியிடம் ராம்பிரசாத் கேட்டார்.

"என்ன தாரிணி.. ரெண்டு பேரும் அந்த அறைக்குள்போய் என்ன பேசிட்டு வந்தீங்க..?"

தாரிணி தன் கணவருக்கு பதில் சொல்லாமல், சரவணப்பெருமாளிடம் திரும்பினாள்.

"டாக்டர்..! உங்க மகள் கயல்விழியோட மரணத்தைப்பத்தி யமுனாகிட்டே சொல்லிட்டேன். உங்க மனைவி உயிரையும், தன் உயிரையும் அதுக்கும்மேலான கற்பையும் காப்பாற்ற உங்க மக கயல்விழியாய் மாற, யமுனா தயாராயிட்டா..!"

சரவணப்பெருமாளின் முகத்தில் திகைப்பு கலந்த மகிழ்ச்சி பரவியது. "உண்மையாவா..!!"

"நீங்களே யமுனாகிட்டே கேளுங்க டாக்டர்..."

யமுனாவை ஏறிட்டார் டாக்டர்.

"யமுனா..!"

"ஆமா.. டாக்டர்..! நான் உங்க மக கயல்விழியாய் மாறினாத்தான் அந்த அரக்கர்கள்கிட்டே இருந்து தப்பிக்க முடியும்.. அதே நேரத்துல இதயநோயால பாதிக்கப்பட்டிருக்கிற உங்க மனைவியையும் காப்பாத்த முடியும்..."

"யமுனா இந்த விஷயத்துல நீ நிறைய யோசனை பண்ணணும்... எந்த ஒரு பொண்ணுமே தன் உண்மையான முகத்தை இழக்க விரும்பமாட்டா.. ஏதோ ஒரு ஆர்வத்துல ஒத்துகிட்டு பின்னாடி வருத்தப்படக் கூடாது..."

"டாக்டர்! தாரிணி மேடம் எல்லாத்தையும் என்கிட்டே சொல்லிட்டாங்க.. இதுல வருத்தப்பட ஒண்ணுமே இல்லை. என்னைப் பொறுத்தவரை எனக்கு ஒரு புது வாழ்க்கை கிடைக்கப் போறதை நினைச்சு சந்தோஷப்பட்டுகிட்டு இருக்கேன்..."

"நல்லா யோசனை பண்ணும்மா.. வேணும்ன்னா ரெண்டு நாள் அவகாசம் எடுத்துக்கோ.."

"வேண்டியதில்லை... டாக்டர்! இந்த நிமிஷத்திலிருந்து நான் கயல்விழியாய் மாற தயார்... நீங்க உங்க சிகிச்சையை ஆரம்பிக்கலாம்...!" உறுதியோடு சொன்ன யமுனாவை மகிழ்ச்சி பொங்கப் பார்த்தார் சரவணப்பெருமாள்.

பத்திரிகை நிருபர்கள் கேட்ட கேள்விகளுக்கு இன்ஸ்பெக்டர் ராஜேந்திரன் பொய்களை அள்ளிஅள்ளி பதிலாய் கொடுத்துக் கொண்டிருந்தார்.

"சரளா, சந்தியா இந்த ரெண்டு பேரையும் கொலை பண்ண அந்த யமுனாவுக்கு என்ன காரணம் இருக்க முடியும்ன்னு நீங்க நினைக்கிறீங்க சார்..?"

"யமுனா ஒரு விளம்பர மாடல். சமீபகாலமா அவளுக்கு விளம்பரப் படங்களில் நடிக்க வாய்ப்பு இல்லாத காரணத்தால், நீலப்படங்களில் நடிக்க ஆரம்பிச்சுட்டா... இதுக்கு உதவி பண்ணது சரளா, சரளாவும் நல்ல பெண் கிடையாது. அவளுடைய தொழில் உயர்தர விபச்சாரம். நட்சத்திர ஹோட்டல்களில் வந்து தங்குகிற வெளிநாட்டுக்காரர்களுக்கு ராத்திரி நேரங்களில் கம்பெனி தருவா. சரளாவுக்கும், யமுனாவுக்கும் பணம் சம்பந்தமாய் தகராறு இருந்திருக்கும். அதுபத்தி பேசி முடிவு பண்ண, சந்தியாவை சரளாவின் வீட்டுக்குக் கூட்டிகிட்டுப் போயிருக்கா யமுனா. பேசிட்டு இருக்கும்போதே தகராறு முத்திப்போய் அது கொலையில் முடிஞ்சிருக்குது. சரளாவைக் கொலை செஞ்ச யமுனா. அதைப் பார்த்த ஒரே சாட்சி சந்தியா. சாட்சியை உயிரோடு விடலாமா..?

அதனால ராத்திரியோடு ராத்திரியா தீர்த்துக்கட்டிட்டு தப்பிச்சு போயிட்டா..."

ஒரு நிருபர் குறுக்கிட்டார்.

"கொலைகள் நடந்து நான்கு நாளாகிவிட்டது. யமுனாவைக் கண்டுபிடிக்க உங்களால் முடியவில்லை. என்ன காரணம்...?"

"யமுனா ஒரு சாதாரண குடும்பப் பெண்ணாக இருந்திருந்தால் அவளை சுலபமாய் கைது செய்திருக்க முடியும். ஆனா அவ சமூகவிரோதி... அவ இந்நேரம் வெளிமாநிலத்துக்குக் கூட தப்பி போயிருக்கலாம்... அவளை கைது செய்ய தனி போலீஸ் படை அமைக்கப்பட்டிருக்கு.. அந்தப்படை விரைவில் யமுனாவை கைது செய்யும்."

"சார்.. ஒரு பொண்ணால அடுத்தடுத்து ரெண்டு கொலைகளைப் பண்ணமுடியுமா...?"

"ஏன் முடியாது...? அந்த யமுனா, மும்பை விபச்சார விடுதியில் இருந்தவ. எல்லாவித சட்டவிரோத காரியங்களும், அவளுக்குத் தெரியும். என் அனுபவத்தில் இப்பேர்பட்ட பெண்கள் நிறையபேரைப் பார்த்து இருக்கேன். எப்படியும் ரெண்டு நாள்ல அவளை கைது பண்ணிடுவோம். அப்ப எல்லா உண்மைகளும் வெளியே வந்துடும்...!"

மேற்கொண்டு ஒரு நிருபர் கேள்வி கேட்கும்முன் ராஜேந்திரனின் செல்போன் அழைத்தது.

"ஒரு நிமிஷம்..." என்று நிருபர்களிடம் சொல்லிவிட்டு ஒதுங்கிப்போனவர், செல்போனை எடுத்து காதில் வைத்தார்.

"ஹலோ"

மறுமுனையில் போலீஸ் உதவி கமிஷனர் அருள்வர்மன் குரல் கேட்டது.

"ராஜேந்திரன்...!"

"சார்."

"இப்போ எங்க இருக்கீங்க...?"

"ஸ்டேஷன்ல சார்..."

"அண்ணா சாலையில் இருக்கிற விளம்பரக் கம்பெனி உங்களுக்குத் தெரியுமா...?"

"தெரியும் சார்."

"உடனே இங்கே புறப்பட்டு வாங்க! நீங்க வர்றது வேற யாருக்கும் தெரிய வேண்டாம்."

"சரி சார். ஒரு அரைமணி நேரத்துல வந்துடுறேன் சார்..."

"வரும்போது போலீஸ் ட்ரஸ்ல வேண்டாம். சாதாரண ட்ரஸ்ல வாங்க, போலீஸ் ஜீப்பும் வேண்டாம்."

"ஆட்டோவில வந்துடட்டுமா சார்...?"

"ம்.."

மறுமுனையில் அருள்வர்மன் செல்போனை அணைத்துவிட, ராஜேந்திரனும் செல்போனை அணைத்து சட்டை பாக்கெட்டுக்குள் போட்டுக்கொண்டு நிருபர்களிடம் வந்தார்.

"நாளைக்குக் காலையில் மீதி பேட்டியை வைச்சுக்குவோம். இப்ப எனக்கு ஒரு அவசர வேலை.. கிளம்பணும்.."

"சார்.."

"என்ன?"

"நாளைக்கு காலையில் நாங்க இங்கே வரும்போது யமுனாவை கைதுபண்ணி கொண்டு வந்துடுவீங்களா...?"

"கண்டிப்பா." ராஜேந்திரன் சொல்லிக்கொண்டே தன் ட்ரஸ்ஸை மாற்றிக் கொள்வதற்காக காவல் நிலையத்தின் உள் அறையை நோக்கிப் போனார்.

ஆட்டோவை அமர்த்திக்கொண்டு இன்ஸ்பெக்டர் ராஜேந்திரன் அண்ணா சாலையில் இருந்த அந்த சர்வதேச விளம்பர கம்பெனிக்கு போய் சேர்ந்தபோது அந்த கம்பெனி நிசப்தத்தில் உறைந்து போயிருந்தது.

வரவேற்பறையில் இருந்த டெலிபோன் ஆப்ரேட்டர், அவரை எதிர் கொண்டார்.

"சார்... நீங்க.. ராஜேந்திரனா?"

"ஆமா.."

"அஞ்சாவது மாடியில, ரெண்டாவது அறையில உங்களுக்காக எல்லாரும் காத்திருக்காங்க சார்."

"எல்லாரும்ன்னா யாரு?"

"போய் பாருங்க சார்.. தெரியும்!"

அந்த ஆள் சொல்லிவிட்டு பார்வையை நகர்த்திவிட, ராஜேந்திரனும் அருகில் இருந்த லிப்ட்டில் ஏறினார்.

ஐந்தாவது மாடிக்குப்போய் வராந்தாவில் வெளிப்பட்டார்.

'எதற்காக இந்த அழைப்பு...?' என்கிற யோசனையோடு லேசாய் கதவு திறந்திருந்த இரண்டாவது அறைக்குள் எட்டிப் பார்த்தார்.

சந்திரசேகர் சூழல் நாற்காலியில் தெரிய அவருக்கு

முன்பாய் உதவி கமிஷனர் அருள்வர்மன், திவாகர், மனித உரிமை ஆணைய தலைவி காயத்ரிதேவி மூன்று பேரும் இறுகிப்போன முகங்களோடு உட்கார்ந்திருந்தார்கள்.

அருள்வர்மன் கையசைத்தார்.

"உள்ளே வாங்க... ராஜேந்திரன்."

ராஜேந்திரன் தயக்கமாய் உள்ளே நுழைந்தார்.

அருள்வர்மன் நாற்காலியைக் காட்டிவிட்டு அவர் உட்கார்ந்ததும் தொடர்ந்தார்.

"யமுனாவைக் கண்டுபிடிக்கற முயற்சி எவ்வளவு தூரத்துல இருக்கு ராஜேந்திரன்...?"

"சார்.. அவ இருக்கிற இடம் சரியாய் தெரியலை. ஒரு போலீஸ்படை அவளைப் பிடிக்க தனியாய் இயங்கிட்டு இருக்கு! எப்படியும் ரெண்டு நாளில் கண்டுபிடிச்சுடலாம் சார்...!"

"உண்மையிலே உங்களுக்கு அந்த நம்பிக்கை இருக்கா...?"

"ஏன் சார்.. திடீர்ன்னு உங்களுக்கு இப்படியொரு சந்தேகம்...?"

"சந்தேகம் வரக் காரணம் இருக்கு ராஜேந்திரன்...! இன்னிக்கு காலையில் தபாலில் சந்திரசேகர், திவாகர், காயத்திரிதேவி இந்த மூணு பேருக்கும் ஒரே மாதிரி தபால் வந்திருக்கு."

"தபாலா?"

"ஆமாம்.. பாருங்க." சொன்ன அருள்வர்மன், தன் கையில் வைத்து இருந்த மூன்று கடிதங்களில் ஒன்றை ராஜேந்திரனிடம் நீட்டினார்.

"இது சந்திரசேகருக்கு வந்த லெட்டர்."

ராஜேந்திரன் வாங்கி, பிரித்துப் பார்த்தார்.

மறுவிநாடி விழிகள் திகைத்துப்போய் உதவி கமிஷனரின் முகத்தில் அதிர்ச்சியோடு நிலைத்தன.

"என்ன சார் இது?"

"அது என்னன்னு புரியாம தான் உங்களுக்கு போன்பண்ணி வரச்சொன்னேன்... மறுபடியும் அந்த லெட்டரப் பாருங்க."

ராஜேந்திரனின் பார்வை மீண்டும் கடிதத்துக்குப் போயிற்று. நெற்றி வியர்த்தது. இதயத்துக்குள் ஒரு குளிர்பாய்ந்தது.

ரத்தத்துளிகள் சிதறியிருந்த கடிதத்தில் ஒரே ஒரு எழுத்து மட்டும் கோணல்மாணலாய் எழுதப்பட்டு இருந்தது.

'ல.'

ரத்தத்தை குச்சியால் தொட்டு, திட்டுதிட்டாய் எழுதி இருந்த அந்த 'ல' ராஜேந்திரனின் எண்பது கிலோ போலீஸ் உடம்பை உறைய வைத்தது.

17

இன்ஸ்பெக்டர் ராஜேந்திரன் அந்த ரத்தத்துளிகளோடு கூடிய கடிதத்தை மறுபடியும் பார்த்தார். கோணல்மாணலாய் எழுதப்பட்டிருந்த 'ல' எழுத்து அவர் மனதில் ஒரு பயத்தைத் கீறியது.

போலீஸ் உதவி கமிஷனர் அருள்வர்மனை ஏறிட்டார்.

"என்ன சார் இது... ரத்தத்தால யாரோ 'ல'ன்னு எழுதி இருக்காங்க.. இந்த 'ல'வுக்கு என்ன அர்த்தம்..?"

"தெரியலை..! இதே மாதிரி ரத்தத் துளிகளோடு கூடிய கடிதங்கள் திவாகருக்கும், மனித உரிமை கமிஷன் தலைவி காயத்ரிதேவிக்கும் வந்திருக்கு.. ஆனா, அவங்களுக்கு வந்த கடிதங்களில் வேறு எழுத்துகள் இருக்கு... இதப் பாருங்க.. இந்தக் கடிதம் திவாகருக்கு வந்தது."

அருள்வர்மன் தன் கையில் வைத்திருந்த இன்னொரு கடிதத்தை எடுத்து நீட்ட, அதை வாங்கிப் பிரித்தார் ராஜேந்திரன்.

'கா' என்ற எழுத்து ரத்தப்பிசுபிசுப்போடு தெரிய, கடிதம் முழுதும் ரத்தத்துளிகள் கருஞ்சிவப்பில்

காய்ந்துபோய் இருந்தன.

"இது திவாகருக்கு வந்த லெட்டரா சார்...?"

"ஆமா.."

"மேடம் காயத்ரிதேவிக்கு வந்த கடிதத்தைக் கொடுங்க சார்..." என்று ராஜேந்திரன் வாங்கிப் பிரித்தார்.

அதில் 'தி' என்ற எழுத்து ரத்தக் கறைகளோடு காட்சியளித்தது.

"இந்த எழுத்துகளுக்கெல்லாம் என்ன சார் அர்த்தம்? சந்திரசேகர்க்கு 'ல'ன்னும், திவாகருக்கு 'கா'ன்னும், காயத்ரிதேவிக்கு 'தி'ன்னும் வந்திருக்கு.."

"அந்த மூணு எழுத்துகளையும் சேர்த்துப் படியுங்க ராஜேந்திரன்.."

ராஜேந்திரன் படித்தார்.

"லகாதி"

"பொருள் புரியலையே...!"

"எழுத்துக்களை மாற்றி போட்டு படிச்சுப் பாருங்க"

"காலதி.."

"அப்புறம்..?"

"லதிகா..!"

"அப்புறம்..?"

"திகலா!"

"இன்னும் ஒண்ணு இருக்கு.."

"திலகா!"

"இது ஒண்ணுதான் ஓரளவு சரியா வருது..! திலகா!

பொண்ணோட பேர். உங்களுக்கு திலகாங்கிற பேரில் எந்த பொண்ணையாவது தெரியுமா, ராஜேந்திரன்..?"

ராஜேந்திரன் யோசித்துவிட்டு தலையாட்டினார்.

"அந்தப் பேர்ல எனக்கு யாரையும் தெரியாது சார்..."

"சரி.. இந்த கடிதங்களைப் பத்தி நீங்க என்ன நினைக்கிறீங்க...? யார் அனுப்பி இருப்பாங்கன்னு சந்தேகிக்கிறீங்க..?"

"என் சந்தேகமெல்லாம் யமுனா பேர்லதான் சார். அவ ஒருத்திக்குத்தான் இப்படிப்பட்ட துணிச்சல் வரும்.. இந்த மூணு பேரையும் பயமுறுத்தறதுக்காக இப்படிப்பட்ட ரத்தக்கறை கடிதங்களை அவ எழுதி இருக்கணும்.."

"சரி..! அது என்ன தி..ல..கா..? சந்திரசேகருக்கு 'ல' எழுத்தையும், காயத்திரிக்கு 'தி' எழுத்தையும், திவாகருக்கு 'கா' எழுத்தையும் ரத்தத்தால் எழுதி அனுப்பி வைக்க என்ன காரணம்..?"

"சார்! ஒருவேளை 'தி' என்கிற எழுத்து திவாகரையும், 'கா' என்ற எழுத்து காயத்திரிதேவியையும் குறிக்கலாம் இல்லையா...?"

"அப்படீன்னா 'ல' என்கிற எழுத்து யாரை குறிக்குது..? அது சந்திரசேகரை குறிக்கறதா இருந்தா 'ச' என்கிற எழுத்துத் தானே இருக்கணும்..?"

"ரொம்ப சரி சார்..! என் யூகம் இதுல அடிபட்டுப்போகுது.."

சந்திரசேகர் குறுக்கிட்டார். 'மிஸ்டர் அருள்வர்மன்! இந்த திலகா ஒரு பெண்ணாக இருக்கலாம். அல்லது

ஆணாக இருக்கலாம். அதைப்பத்தியெல்லாம் எங்களுக்குக் கவலையில்லை. இந்த ரத்தக்கறை கடிதங்களைப் பார்க்கும்போது, எங்க உயிருக்கு யாரோ குறி வெச்சிருக்காங்கன்னு நல்லாவே தெரியுது. எங்க மூணு பேருக்கும் பாதுகாப்பு கொடுக்க வேண்டியது உங்க கடமை.."

அருள்வர்மன் புன்னகைத்தார்.

"மிஸ்டர் சந்திரசேகர்..! கண்டிப்பா...உங்க மூணு பேருக்கும் பாதுகாப்பு கொடுக்க வேண்டியது போலீஸ் கடமை. இந்த நிமிஷத்திலிருந்து என்னையும், ராஜேந்திரனையும் தவிர வெளி நபர்கள் யாரும் உங்களை நெருங்க முடியாது. நீங்க உங்க வழக்கமான வேலைகளைப் பார்த்துட்டு இருக்கலாம். அந்த யமுனாதான் இந்தக் கடிதங்களை எழுதி உங்களை பயமுறுத்தி இருக்கணும்.. இது மாதிரி நேரங்களில் நீங்க தைரியமாய் இருக்கணும்.." சொன்ன அருள்வர்மன், ராஜேந்திரனிடம் திரும்பினார்.

"ராஜேந்திரன்..! அந்த யமுனாவை கண்டுபிடிக்க நீங்க இன்னமும் தீவிர முயற்சி எடுக்கணும்.."

"எஸ்.. சார்.."

"அப்புறம் இந்த மூணு கடிதங்களையும் தடவியல் பரிசோதனைக்கு அனுப்பி, இது மனித ரத்தத்தால் எழுதப்பட்டதா? இல்லை... ஏதாவது பிராணி, பறவை ரத்தத்தால் எழுதப்பட்டதான்னு சோதனை பண்ணுங்க..! மனித ரத்தத்தால் எழுதப்பட்டதாய் இருந்தால் அது என்ன வகை ரத்தம்..? பெண்ணோட ரத்தமா.. இல்லை, ஆணோட ரத்தமான்னு உறுதிப்படுத்தி அறிக்கை வாங்குங்க.."

"எஸ்.. சார்.."

"உடனே கிளம்பிப் போங்க.. அடுத்த ஒரு மணி நேரத்துக்குள் எனக்கு அறிக்கை வேணும்.. நான் இங்கேயே இருப்பேன். அறிக்கை தயாரானதும் எனக்கு போன் பண்ணுங்க"

"எஸ்.. சார்.."

ராஜேந்திரன் அந்த மூன்று கடிதங்களையும், தன் சட்டைப் பாக்கெட்டில் பத்திரப்படுத்திக்கொண்டு வெளியேறினார்.

டாக்டர் சரவணப்பெருமாள், யமுனா கொண்டுவந்து கொடுத்த காஃபியை வாங்கிக்கொண்டு அவளை ஏறிட்டார்.

"என்ன முடிவு பண்ணி இருக்கம்மா...?"

"முடிவா..?"

"ஆமாம்மா! கயல்விழியாய் மாற உனக்கு முழு சம்மதம்தானே..? அந்த முடிவுல எந்த மாற்றமும் இல்லையே..?"

யமுனா புன்னகைத்தாள்.

"இதே கேள்வியை இன்னும் நூறு தடவை கேட்டாலும் தப்பில்லேம்மா.. ஏன்னா, இத்தனைக் காலமா நீ கண்ணாடியில பார்த்து பார்த்து பழக்கப்பட்ட முகம் திடீர்ன்னு வேறுமுகமா மாறும்போது மனசுக்கு ரொம்பவும் சங்கடமாய் இருக்கும்...அவசரப்பட்டு அறுவை சிகிச்சை பண்ணிகிட்டு, அப்பறம் சாவகாசமாய் சங்கடப்படக்கூடாது இல்லையா...?"

"டாக்டர்..! எனக்கு இதில் எந்த சங்கடமும் கிடையாது. நான் அனாதை விடுதியில வளர்ந்த

பொண்ணு. என் அப்பா, அம்மா யாருன்னே எனக்குத் தெரியாது. வாழ்க்கையில எவ்வளவோ சிரமங்களைப் பார்த்தவ. நான் என் முக அமைப்பை உங்க மகள் கயல்விழியைப் போல மாத்திக்கிறதால எனக்கு அப்பாவாய் நீங்க கிடைக்கிறீங்க. உங்க மனைவி, எனக்கு அம்மா. இந்த பாக்கியம் யாருக்குக் கிடைக்கும்...?"

"நீ இப்படி சொல்றது எனக்கு மகிழ்ச்சியாய் இருக்குமா..! இருந்தாலும் என் சுயநலத்துக்காக உன்னைப் பயன்படுத்துறேனோன்னு என் மனசுக்குள் ஒரு குற்ற உணர்ச்சி..."

"உங்களுக்கு எந்தவித குற்ற உணர்ச்சியும் வேண்டாம் டாக்டர்... இன்னிக்குக் காலையில் வந்த பத்திரிகையைப் பார்த்தீங்களா? மறுபடியும் என் படத்தைப் போட்டு அசிங்கப்படுத்தி இருக்காங்க.. நான் விபச்சார விடுதித் தலைவியாம்.. பல பெண்களை மும்பைக்குக் கூட்டிட்டுப்போய் சீரழிச்சிருக்கிறேனாம்... பெண் இனத்துக்கே நான் களங்கமாம். பல பெண்கள் காணாம போனதுக்கு நான்தான் காரணமாம்.. அந்த செய்திகளையெல்லாம் படிக்கும்போது தற்கொலை பண்ணி செத்துடலாமான்னு தோணுது டாக்டர்..."

"அப்படி நீ தற்கொலை பண்ணிகிட்டு செத்துப் போயிட்டா... அவங்க சொல்ற குற்றச்சாட்டெல்லாம் உண்மைன்னு ஆயிடுமேம்மா...!"

டாக்டர் சொல்லிக் கொண்டிருக்கும்போதே வாசலில் காலிங்பெல் சத்தம் கேட்டது.

சரவணப்பெருமாள் பதற்றமானார்.

"யாருன்னு தெரியலையே...! நீ உள்ளே போ யிடும்மா.. நான் யாருன்னு போய் பார்க்கிறேன்.." சொன்ன சரவணப்பெருமாள் வாசல் கதவை நோக்கி

வேகவேகமாய்ப் போனார்.

கதவைத் திறப்பதற்குமுன் பக்கவாட்டு ஜன்னலைத் திறந்து எட்டிப் பார்த்தார்.

ஒரு கான்ஸ்டபிள் நின்றிருந்தார்.

"யா.. யார் வேணும்..?"

"வணக்கம்.. டாக்டர்.."

"வ.. வணக்கம்.. என்ன விஷயம்..?"

"இந்த கோர்ட்டு சம்மனை கொஞ்சம் வாங்கிக்கிறீங்களா...?"

"கோர்ட்டு சம்மனா.. எதுக்கு..?"

"நாலைஞ்சு நாளைக்கு முன்னாடி பூம்புகார் காலனியில் உங்க புது வீட்டில் நீங்க இருந்தப்ப யமுனாங்கிற ஒரு பெண் அந்தப் பக்கமா ஓடினதைப் பார்த்துட்டு, இன்ஸ்பெக்டர்கிட்டே சொன்னீங்க இல்லையா..?"

"ஆ... ஆமா.."

"அதை நீங்க கோர்ட்டிலும் வந்து சொல்ல வேண்டியிருக்கும்.. கையெழுத்துப் போட்டு சம்மனை வாங்கிக்குங்க.. நாங்க சொல்லும்போது நீங்க கோர்ட்டுக்கு வரணும்.."

சரவணப்பெருமாள், வாசல் கதவைத் திறந்தார்.

காவலர் நீட்டிய சம்மன் உறையை வாங்கிக்கொண்டே கேட்டார்.

"அந்த பொண்ணு யமுனா கிடைச்சுட்டாளா..?"

"கிடைக்கலையே டாக்டர்..! எங்கேயோ

போய் பதுங்கிக்கிட்டா..! எப்படி இருந்தாலும் ரெண்டு நாளைக்குள் பிடிச்சுடுவோம்..! சம்மனை வாங்கிகிட்டதுக்கு அடையாளமாய் இதுல ஒரு கையெழுத்து போடுங்க டாக்டர்.''

டாக்டர் கையெழுத்து போட்டுக் கொண்டிருக்கும்போதே, காவலர் கேட்டார்.

''வீட்டுல வேலைக்காரங்க யாராவது இருக்காங்களா, டாக்டர்?''

''எதுக்கு கேட்கிறீங்க..?''

''இல்ல.. குடிக்க கொஞ்சம் தண்ணி வேணும்..''

''தண்ணிதானே வேணும்.. நானே கொண்டு வந்து தர்றேன். வீட்டுல வேலைக்காரங்க யாரும் கிடையாது'' டாக்டர் சொல்லிவிட்டு வீட்டுக்குள் போனார்.

அடுத்த அறையைக் கடந்து சமையலறைக்குள் நுழைந்தார்.

சமையலறை மூலையில் யமுனா பயந்து நடுங்கியபடி நின்றிருந்தாள். மெல்லிய குரலில் கேட்டாள்.

''போலீஸா.. டாக்டர்..?''

''ஆமாம்..! போலீஸ்காரர் ஒருத்தர் கோர்ட்டு சம்மன் கொடுக்க வந்திருக்கார்.. நீ பயப்படாதேம்மா.. அவர் வாசலில்தான் நின்னுட்டிருக்கார்..''

ஒரு ஜக்கில் தண்ணீரை எடுத்துக் கொண்டார் சரவணப்பெருமாள்.

''டா.. டாக்டர்..''

''என்னம்மா..?''

''அவர் உள்ளே வந்துடமாட்டாரே..?''

"வரமாட்டாரும்மா..! போலீஸ்தான் ஒரு தடவை வந்து இந்த வீட்டை சோதனை பண்ணிப் பார்த்துட்டாங்க இல்லையா..?"

"டாக்டர்..! நான் உங்க நண்பர் ராம்பிரசாத் வீட்டுல இருக்கிறதுதான் நல்லது.. இங்கே இருக்கிறது என்னிக்குன்னாலும் ஆபத்துதான்.."

"மொதல்ல அந்த போலீஸ்காரரை அனுப்பிட்டு வந்துடுறேன்ம்மா..! அப்புறமா பேசுவோம்.."

சரவணப்பெருமாள் சொல்லிவிட்டு தண்ணீர் ஜக்கோடு வாசல் கதவை நோக்கிப் போனார்.

கதவை நெருங்கினார். வியப்பு அவருடைய நெஞ்சை அடைத்தது.

போலீஸ்காரர் அங்கே இல்லை. அவர் நின்றிருந்த இடம் வெறிச்செ்ன்றிருந்தது.

18

'**எ**ங்கே அந்தக் கான்ஸ்டபிள்?'

கலக்கம் நிறைந்த கண்களோடு டாக்டர் சரவணப்பெருமாள் சுற்றும்முற்றும் பார்த்து திகைத்துக் கொண்டிருக்கும்போதே, பக்கவாட்டில் இருந்த தோட்டத்துக்குப் பக்கமிருந்து காவலர் வெளிப்பட்டார்.

அவர் கையில் வேரோடு பிடுங்கப்பட்ட சில செடிகள்.

"சார்.. உங்க வீட்டுத் தோட்டத்துல கீழாநெல்லி செடி நிறைய இருக்கு.. உங்களைக் கேட்காமலே கொஞ்சம் பறிச்சுகிட்டேன். தப்பில்லையே...?" சரவணப்பெருமாளுக்கு வியர்ப்பது நின்றது.

"தாராளமா பறிச்சுக்கலாம்.. கீழாநெல்லியை அரைச்சு மோரில் கலந்து குடிச்சா மஞ்சள்காமாலை நோய் எட்டிகூட பார்க்காது. தண்ணி கேட்டீங்களே.. இந்தாங்க..."

காவலர் தண்ணீரை வாங்கிப் பருகிவிட்டு, விடைபெற்று போனதும், சரவணப்பெருமாள் உள்ளே வந்தார்.

தவிப்போடு காத்திருந்த யமுனா எதிர்பட்டாள்.

"டாக்டர்! அந்த போலீஸ்காரர் போயிட்டாரா?"

"போயிட்டாரும்மா..."

"டாக்டர்! நான் இனி இந்த வீட்ல உங்களோடு இருந்தா பிரச்னை, வழக்கு சம்பந்தமாய் போலீசார் இனிமேல் இங்கே அடிக்கடி வரலாம். அப்படி வரும்போது அவங்க பார்வையில் பட்டுட்டா ஆபத்துதான்! நான் இனிமே தாரிணி மேடம் வீட்டுல தங்குறதுதான் சரியான முடிவாய் இருக்கும்."

"என் மனசுக்கும் அதுதான் சரின்னு படுதும்மா.. நீ இன்னிக்கு ராத்திரியே தாரிணி வீட்டுக்குப் போயிடு..."

"டாக்டர்! நீங்க எவ்வளவு சீக்கிரத்துல.. என்னை உங்க மகள் கயல்விழியாய் மாத்துறீங்களோ, அதைப் பொறுத்துதான் நாம நிம்மதியாய் இருக்கமுடியும்.."

"எனக்கும் அந்த அவசரம் தெரியும்மா.. அதுக்கான ஏற்பாடுகளைத்தான் கடந்த ரெண்டு நாளா பண்ணிட்டிருக்கேன். ஒரு முகத்தை இன்னொரு முகமா மாத்தும்போது மருத்தவரீதியாய் நிறைய விஷயங்களைப் பார்க்க வேண்டியிருக்கு. செயற்கை சதைக்கூழ் வெளிநாட்டிலிருந்து வரணும். அதேமாதிரி, உன் முக எலும்புகளை லேசர் கதிர் வீச்சு மூலமா வடிவம் பண்ணி கயல்விழியோட முக அமைப்புக்கு ஏத்த மாதிரி கொண்டு வர கிட்டத்தட்ட ஒரு மாசமாயிடும். அதுக்கப்புறம், செயற்கைச் சதைக்கூழ் மருத்துவம், இதுவும் ஒரு சிக்கலான சிகிச்சை! எல்லாத்தையுமே துல்லியமா பண்ணணும்...!"

சரவணப்பெருமாள் சொல்லிக் கொண்டிருக்கும் போதே அவருடைய செல்போன் மெலிதாய் முனகிக் கூப்பிட்டது.

எடுத்து, காதில் ஒற்றினார். அவருடைய ஹாஸ்பிடலில் இருந்து நர்ஸ் ஒருத்தி பேசினாள்.

"டாக்டர்! வெளி நோயாளிகள் நிறைய பேர் காத்திருக்காங்க..."

"நான் புறப்பட்டு வந்துட்டே இருக்கேன். டாக்டர் ஆபிரகாம் வந்துட்டாரா...?"

"வந்துட்டார் டாக்டர்."

"நான் வர்றவரைக்கும் ஓ.பி. அவர் பார்க்கட்டும். நான் இன்னும் அரை மணி நேரத்துல அங்கே இருப்பேன்."

பேசிவிட்டு செல்போனை அணைத்த சரவணப்பெருமாள், யமுனாவிடம் திரும்பினார்.

"நீ வீட்டுல பத்திரமா இரும்மா. நான் கதவை வெளிப்பக்கமா பூட்டிட்டுப் போறேன். வெளியிலிருந்து யாராவது போன் பண்ணினா ரிஸீவரை நீ எடுத்துடாதே. நான் ஆஸ்பத்திரிக்கு போயிட்டு மத்தியானம் ஒரு மணிக்குள் திரும்பிடுவேன்."

"டாக்டர்! நான் தாரிணி மேடம் வீட்டுக்குப் போயிடட்டுமா...?"

"இந்தப் பகல் நேரத்துல வேண்டாம்மா.. யார் பார்வையிலாவது பட்டுட்டா ஆபத்து. நீ பேசாம படுத்துத் தூங்கு. பசிச்சா சாப்பிடு..."

யமுனா தலையாட்ட, சரவணப்பெருமாள் உடை மாற்றி வீட்டை பூட்டிக்கொண்டு காரில் தன் ஹாஸ்பிடலுக்கு கிளம்பினார்.

சரியாய் அரை மணி நேரப் பயணம்.

ஹாஸ்பிடல் வளாகத்தில் இருந்த ஒரு மரத்தடியில்

காரை நிறுத்திவிட்டு சரவணப்பெருமாள் உள்ளே போக, வரவேற்பறையில் இருந்த பெண் எழுந்து நின்றாள். மெல்லிய குரலில் சொன்னாள்.

"டாக்டர்! உங்களைப் பார்த்து பேச ஆஸ்திரேலியா தூதரகத்தில் இருந்து ஒரு அதிகாரியும், இந்திய அதிகாரி ஒருத்தரும் வந்து இருக்காங்க...!"

சரவணப்பெருமாளின் நெற்றி, வியப்பில் மேலே ஏறியது. "என்னைப் பார்க்கவா...?"

"ஆமாம் டாக்டர்..."

"எங்கே அவங்க...?"

"உங்க அறையில் காத்திருக்காங்க..."

சரவணப்பெருமாள் வேகவேகமாய் தன் அறையை நோக்கிப் போனார். காத்திருந்த வெளிநோயாளிகள் அவரைப் பார்த்ததும் எழுந்து நிற்க, அவர்களை கையமர்த்திவிட்டு அறைக்குள் நுழைந்தார்.

ரோஜா நிற உடையில் ஒரு வெளிநாட்டுக்காரரும், ச‍ஃபாரி உடை அணிந்த இந்தியர் ஒருவரும் உட்கார்ந்து இருந்தார்கள்.

அவர்களின் கைகளைப் பற்றி குலுக்கிய சரவணப்பெருமாள், தன் இருக்கைக்கு சாய்ந்து கொண்டே "எஸ்.." என்றார்.

இந்தியர் பேச ஆரம்பித்தார்.

"டாக்டர்! என் பெயர் திருமூர்த்தி. ஆஸ்திரேலியா தூதரகத்தில் அதிகாரியாய் வேலை பார்க்கிறேன். இவர் மிஸ்டர் ஜோன்ஸ் இவரும் அதே தூதரகத்தில் வேலை பார்க்கிற அதிகாரிதான். உங்களிடம் ஒரு விஷயத்தை தெரியப்படுத்த வேண்டியிருக்கிறது. அதனால்தான்

உங்களைப் பார்க்க வந்தோம்."

"சொல்லுங்கள்.. என்ன விஷயம்?"

"ஆஸ்திரேலியாவில் மேற்படிப்பு படிக்க சென்ற உங்கள் மகள் கயல்விழி ஒரு சாலை விபத்தில் இறந்து போனதான தகவல் வந்ததும் நீங்க உடனடியாய் சிட்னி புறப்பட்டுப் போனீர்கள் இல்லையா...?"

"ஆமா."

"அங்கே போய் மகளின் உடலைப் பார்த்தீர்களா?"

"பார்த்தேன்."

"உடலை இந்தியாவுக்கு கொண்டு வந்தீர்களா...?"

"இல்லை..."

"ஏன்?"

"சாலை விபத்தில் என் மகளின் உடல் சின்னாபின்னமாய் சிதைந்து போயிருந்தது."

"அப்படி சிதைந்து போயிருந்த உடலை வைத்து, அவள் உங்க மகள் கயல்விழிதான் என்பதை எப்படி அடையாளம் கண்டீர்கள்...?"

"அவள் அணிந்திருந்த உடை, கையில் போட்டிருந்த மோதிரத்தை வைத்து அடையாளம் தெரிந்து கொண்டேன்..."

"இறந்தது நிச்சயமாய் உங்கள் மகள் கயல்விழிதானென்று உறுதியா தெரியுமா...?"

சரவணப்பெருமாள் நிமிர்ந்தார்.

"இப்போ நீங்கள் என்ன சொல்ல வருகிறீர்கள்...?"

"ஆஸ்திரேலியாவில் சாலை விபத்தில்

இறந்துபோனது உங்கள் மகள் கயல்விழியாய் இருக்க முடியாது என்பது ஆஸ்திரேலியா போலீஸாரின் முடிவு."

"இறந்தது என் மகள் இல்லையென்றால் அவள் உயிரோடு இருக்க வேண்டுமே...?"

"உயிரோடு தான் இருக்கிறாள்..."

"எ..எ.. எங்கே...?" சரவணப்பெருமாள் நாற்காலியைத் தள்ளிக்கொண்டு எழுந்தார்.

அதிகாரி, அவரை கையமர்த்தினார். பிறகு தன் கையில் வைத்திருந்த ஒரு புகைப்படத்தை எடுத்து அவரிடம் காட்டினார்.

"இந்த படத்தைப் பாருங்கள்."

சரவணப்பெருமாள் பார்த்தார். இரண்டு வெளிநாட்டு இளைஞர்களுக்கு நடுவில் கயல்விழி நடந்து போவது தெரிந்தது. தலை அலங்காரம் மட்டும் வித்தியாசமாய் இருக்க மற்றபடி அவள் கயல்விழிதான் என்பது பளிச் சென்று புரிந்தது.

"இ..இ..இது என் மகள் கயல்விழிதான்? சந்தேகமே வேண்டாம். இந்தப் படத்தை எங்கே எடுத்தீர்கள்?"

சரவணப்பெருமாளின் உடம்பு முழுவதும் மகிழ்ச்சி தொற்றிக்கொள்ள அவர் பரபரத்தார்.

ஜோன்ஸ் ஆங்கிலத்தில் சொன்னார்.

"இந்தப் படம் சிட்னி ரயில்வே ஸ்டேஷனில் உள்ள தானியங்கி காமிராவில் எடுக்கப்பட்டிருந்தது. சிட்னியில் கடந்த ஓராண்டாக தீவிரவாதிகளின் நடமாட்டம் அதிகமாய் இருப்பதால், ரயில்வே ஸ்டேஷனில் தானியங்கி காமிராக்களை பொருத்தி கண்காணித்து வருகிறோம். அப்படி எடுக்கப்பட்ட படங்களில்

ஒன்றுதான் இது. சிட்னி காவல்துறை இந்தப் படத்தை சந்தேகத்துக்குரிய படமாகக் கருதி உளவுத்துறைக்கு அனுப்பி வைத்தது. உளவுத்துறை பத்து நாளாய் இந்த படத்தைக் கையில் வைத்துக்கொண்டு படத்தில் உள்ள இரண்டு இளைஞர்களும், அந்தப் பெண்ணும் யார் என்பதைக் கண்டுபிடிக்க முயற்சி செய்து, அதில் வெற்றியும் பெற்றுவிட்டார்கள். அதன்படி அந்த இரண்டு இளைஞர்கள் பழைய குற்றவாளிகள் என்பதும், அந்தப் பெண் கயல்விழி சிட்னி பல்கலைக்கழகத்தில் படித்துக்கொண்டிருந்த பெண் என்பதும் தெரிய வந்தது. உடனே, உளவுத்துறை அதிகாரிகள் பல்கலைக்கழகத்தில் கயல்விழி பற்றி விசாரித்தபோது, சில மாதங்களுக்குமுன் அவள் சாலை விபத்தில் இறந்து போனதாக தகவல் வர உளவுத்துறை இன்னும் குழம்பிப் போயிற்று. சிட்னி ரயில்வே ஸ்டேஷனில் இரண்டு இளைஞர்களோடு நடந்துபோன பெண்தான் கயல்விழி என்றால், சாலை விபத்தில் இறந்த பெண் யார்? இதுதான் இப்போதைய குழப்பம். அந்தக் குழப்பத்துக்கு தெளிவு வேண்டும் என்பதற்காகத்தான் சிட்னியிலிருந்து நாங்கள் வந்து இருக்கிறோம்? டாக்டர் இந்தப் படத்தை ஒரு தடவைக்கு இரு தடவை நன்றாகப் பாருங்கள். பத்து நாளுக்குமுன் சிட்னி ரயில்வே ஸ்டேஷனில் எடுக்கப்பட்ட இந்தப் படத்தில் உள்ள பெண், உங்கள் மகள் கயல்விழிதானா...?''

பார்த்த சரவணப்பெருமாள் மகிழ்ச்சிப்பெருக்கில் கத்தினார்.

"சந்தேகமே வேண்டாம்.. இது என் மகள் கயல்விழிதான்!''

"அப்படியானால்.. சாலை விபத்தில் இறந்த பெண்?''

மூன்று பேரும் குழப்பமாய் ஒருவரையொருவர் பார்த்துக் கொண்டனர்.

போலீஸ் உதவி கமிஷனர் அருள்வர்மனின் அறைக்குள் இன்ஸ்பெக்டர் ராஜேந்திரன் நுழைந்து, சல்யூட் அடித்துவிட்டு நின்றார்.

"உட்காருங்க ராஜேந்திரன், உங்களுக்காகத்தான் காத்திருக்கேன். தடயவியல் பரிசோதனை முடிஞ்சதா?"

"முடிஞ்சது சார்.. ரிப்போர்ட் கிடைக்க தாமதமாயிடுச்சு"

"ரிப்போர்ட்டில் முக்கிய அம்சம் என்ன?"

"ரத்தத்தால் 'தி..ல..கா'ன்னு எழுதப்பட்ட அந்த மூணு எழுத்துகளில் உள்ள இரத்தம் வெவ்வேறு இரத்தப் பிரிவைச் சேர்ந்தது சார்...! 'தி' என்கிற எழுத்து பி பாசிட்டிவ் சார். 'ல' என்கிற எழுத்து ஏ நெகட்டிவ் "கா" என்கிற எழுத்து ஏ.பி பாசிட்டிவ் சார்."

அருள்வர்மன் ஆச்சரியப்பட்டார்.

"ஒவ்வொரு எழுத்தையும் ஒவ்வொரு பிரிவு இரத்தத்துல ஏன் எழுதணும்...?"

"சார் என் சந்தேகத்தைச் சொல்லட்டுமா...?"

"சொல்லுங்க..."

"இந்த 'தி..ல..கா..' என்கிற மூணு எழுத்துகளும் திவாகர், சந்திரசேகர், காயத்திரிதேவியையத்தான் குறிக்குது சார். இந்த அறிக்கை என் கைக்குக் கிடைச்சதுமே மூணு பேருக்கும் போன் பண்ணி, அவங்க இரத்தம் என்ன பிரிவுன்னு கேட்டேன். திவாகரோட இரத்தம், 'பி' பாசிட்டிவ், சந்திரசேகரோட இரத்தம்

'ஏ' நெகட்டிவ், காயத்திரிதேவியோட ரத்தம் 'ஏ.பி.' பாசிட்டிவ்.''

"ராஜேந்திரன்! உங்க சந்தேகம் சரியானதாக இருந்தா இந்த மூணு பேரில் 'ல' என்கிற எழுத்துக்குரிய ஆள் யார்?''

"சந்திரசேகர் சார்.''

"அவரோட முதல் எழுத்து 'ல' இல்லையே, 'ச' தானே.''

"அதுக்கான காரணத்தையும் தோண்டி, துருவி எடுத்துட்டேன் சார்.''

அருள்வர்மன் நிமிர்ந்து உட்கார்ந்தார்.

"என்ன காரணம்?''

"சார்.. இந்த சந்திரசேகர் இன்னிக்கு சர்வதேச விளம்பர கம்பெனியில பெரிய பதவியில இருக்கார். ஆனா, இவரோட உண்மையான பெயர் லட்சுமணதாஸ். பூர்வீகம் மும்பை, மாதுங்கா பகுதியில் நிதி நிறுவனம் நடத்தி, பல கோடி ரூபாய்களை விழுங்கிட்டு, பணபலம் அரசியல் உதவியால தண்டனையிலிருந்து தப்பிச்சவர். தன் பழைய பேரு யாருக்கும் தெரியக் கூடாதுங்கிறதுக்காக பெயரை சந்திரசேகர்ன்னு மாத் திகிட்டு சென்னைக்கு வந்திட்டார்.''

அருள்வர்மன் திகிலானார்.

"இப்போ.. அந்த 'தி..ல..கா..' என்கிற எழுத்துகளுக்கு அர்த்தம் புரியுது. ராஜேந்திரன்.. எப்டியோ அந்த மூணு பேரையும் காப்பாத்த வேண்டியது நம்ம பொறுப்பு. அவங்க மேல ஒரு சின்ன கீறல்கூட விழக்கூடாது. அதே நேரம் யமுனாவையும் சூடிய சீக்கிரம் கைது பண்ணணும்.''

"எஸ்..சார்..."

ராஜேந்திரன் சொல்லிக் கொண்டிருக்கும் போதே மேஜை மீது இருந்த டெலிபோன் தன் தொண்டையைத் திறந்தது.

அருள்வர்மன் எழுந்தார். எடுத்தார்.

பதற்றமாய் போலீஸ் கட்டுப்பாட்டு அறையிலிருந்து பேசினார்கள்.

"சார்.. ஒரு செய்தி.."

"என்ன?"

"சென்னை - பெங்களூர் தேசிய நெடுஞ் சாலையில் ஸ்ரீபெரும்புதூருக்குப் பக்கத்தில் உள்ள ஒரு புளியமரக் கிளையில் திவாகரின் உடல் தொங்கிக் கொண்டிருப்பதாக தகவல். போலீஸ் படை சம்பவ இடத்துக்கு விரைந்துள்ளது."

19

போலீஸ் உதவி கமிஷனர் அருள்வர்மனும், இன்ஸ்பெக்டர் ராஜேந்திரனும் அதிர்ந்து போயிருந்தார்கள்.

ஜீப் ஸ்ரீபெரும்புதூரை நோக்கி விரைந்து கொண்டிருந்தது.

அருள்வர்மன் வியர்த்துப் போயிருந்த தன் முகத்தை இரண்டு கைகளாலும் வழித்துவிட்டுக் கொண்டு, ராஜேந்திரனை ஏறிட்டார்.

"ராஜேந்திரன்! இது எப்படி சாத்தியம்? திவாகர் உடல், புளிய மரத்துல தொங்கிட்டு இருக்கறதா நியூஸ். அவருக்கு போலீஸ் காவல் இருக்கும்போது அவர் எப்படி ஸ்ரீபெரும்புதூருக்கு போனார்...? அவரை அழைச்சுட்டுப் போனது யார்...?"

"அதான் சார்.. எனக்கும் புரியலை.. திவாகர், சந்திரசேகர், காயத்திரிதேவி இந்த மூணு பேருக்கும் சிறப்புப் பாதுகாப்புப் படையைச் சேர்ந்த கான்ஸ்டபிள்ஸ் பதினெட்டு பேரை அப்பாய்ன்ட் பண்ணி இருக்கோம். பாதுகாப்புப் படைத் தலைவர் வில்சன் திறமை வாய்ந்தவர். அவரை யாரும் ஏமாத்த முடியாது..."

"வில்சனுக்கு போன் பண்ணிப் பேசலாமா?"

"பேசலாம் சார்."

அருள்வர்மன் தன் கையில் இருந்த செல்போனை உசுப்பி, வில்சனை தொடர்பு கொண்டார்.

"வில்சன்!"

"சார்.."

"பாதுகாப்பு பணிகள் எப்படி போயிட்டிருக்கு...?"

"எல்லாமே நல்லபடியாய் இருக்கு சார்...!"

"திவாகர், சந்திரசேகர், காயத்திரிதேவி மூணு பேரும் பத்திரமாய் இருக்காங்களா?"

"பத்திரமாய் இருக்காங்க சார்.. மூணு பேர் வீட்டுக்கும் ஆயுதம் தாங்கிய போலீசார் ஆறு பேர் வீதம் மொத்தம் பதினெட்டு பேர் காவல் இருக்காங்க."

"சரி.. இப்போ எங்கிருந்து பேசிட்டிருக்கீங்க...?"

"ஆபீஸ்லிருந்து திவாகர் வீட்டுக்கு போய்கிட்டு இருக்கேன். அங்கே ஒரு மணி நேரம் இருந்துட்டு அப்புறம் சந்திரசேகர் வீட்டுக்கும், பிறகு காயத்திரிதேவி வீட்டுக்கும் போவேன். ஏன் சார்.. ஏதாவது பிரச்சினையா?"

"ஆமா."

"என்ன பிரச்சினை?"

"கொஞ்ச நேரத்துக்கு முன்னாடி காவல் கட்டுப்பாட்டு அறையிலிருந்து ஒரு நியூஸ் வந்தது. ஸ்ரீபெரும்புதூருக்குப் பக்கத்தில் இருக்கற ஒரு புளிய மரத்துல திவாகரோட பாடி தொங்கிட்டு இருக்கறதா அந்தச் நியூஸ் சொல்லுது... அப்பறம் " அருள்வர்மன் பேசப் பேச வில்சன் வேகமாய் குறுக்கிட்டார்.

"இருக்கவே முடியாது சார்.. திவாகர் அவருடைய

வீட்டில் பத்திரமாய் இருக்கார். அவருடைய உயிருக்கு எந்த ஆபத்தும் இல்லை.”

“அப்படின்னா அந்த புளியமரச் செய்தி?”

“பொய்யாத்தான் இருக்க முடியும் சார். நீங்களும் இன்ஸ்பெக்டர் ராஜேந்திரனும் திருப்பெரும்புதூர் புறப்பட்டுப் போகாம, நேரா திவாகர் வீட்டுக்கு வாங்க, நானும் அங்கே வர்றேன். உண்மை என்னன்னு அப்போ தெரியும்...”

“மிஸ்டர் வில்சன்! நீங்க சொல்ற செய்தி உண்மையா இருந்தா எங்களுக்கு சந்தோஷமே. நாங்க இப்போ திவாகர் வீட்டுக்கு வந்துட்டு இருக்கிறோம்.”

“ப்ளீஸ் சார்..”

அருள்வர்மன் செல்போனை அணைத்து பாக்கெட்டில் போட்டுக் கொண்டு, ராஜேந்திரனை பார்த்தார்.

“திவாகர் உயிரோடு இருக்கிறதாய் வில்சன் சொல்றார். திவாகரோட வீட்டுக்கு வரச் சொல்றார். போய்ப் பார்த்துடலாமா...?”

“பார்த்துடலாம் சார்...! எனக்கும் சந்தேகம்தான்! இவ்வளவு பாதுகாப்பு இருக்கும்போது திவாகருக்கு எப்படி ஆபத்து வந்து இருக்க முடியும்?”

ஜீப் திவாகரின் வீட்டை நோக்கிப் போயிற்று.

“என்ன சொல்றீங்க டாக்டர்...? உங்க மகள் கயல்விழி உயிரோடு இருக்காளா...?”

தாரிணி வியப்பில் புருவங்களை உயர்த்தியபடி கேட்க, டாக்டர் சரவணப்பெருமாள் தலையசைத்தார். அவருக்கு பக்கத்தில் யமுனாவும் ராம்பிரசாத்தும்

உட்கார்ந்திருந்தார்கள். இருவர் முகங்களிலும் அதிர்ச்சி.

சரவணப்பெருமாள் தன் கையில் வைத்திருந்த போட்டோவை அவர்களுக்குக் காட்டியபடியே சொன்னார்.

"ஒரு மணி நேரத்துக்குமுந்திதான் ஆஸ்திரேலியா தூதரகத்தைச் சேர்ந்த ஜோன்ஸ் என்கிற அதிகாரியும், திருமூர்த்தி என்கிற இந்திய அதிகாரியும் ஆஸ்பத்திரியில் வந்து என்னைப் பார்த்தாங்க. இந்தப் படத்தைக் காட்டி, அதில் இருக்கிறது உங்க பொண்ணுதானேன்னு என்கிட்டே கேட்டாங்க. நான் படத்தைப் பார்த்தேன். அது கயல்விழிதான்! ஆஸ்திரேலியாவின் சிட்னி இரயில் ஸ்டேஷனில் யாரோ ரெண்டு ஆண்கள் நடுவுல கயல்விழி நடந்து போயிட்டிருக்கா! இதுதான் அந்தப் படம்." சொன்ன சரவணப் பெருமாள் தன் கையில் வைத்திருந்த போட்டோவை அவர்களுக்குக் காட்டினார்.

அவர்கள் வாங்கிப் பார்த்தார்கள். ராம்பிரசாத் அதிர்ச்சி விலகாத முகத்தோடு கேட்டார்.

"அப்படீன்னா சிட்னியில சாலை விபத்துல இறந்துபோன பொண்ணு யாரு?"

"தெரியலை! போலீஸ் அதைப் பத்தியும் விசாரணை பண்ணிட்டு இருக்காங்க.."

"கயல்விழி உயிரோட இருக்கிறது உண்மையானா அவ ஏன் உங்ககூட போன் பண்ணிப் பேசலை?"

"அதுவும் எனக்கு குழப்பம்தான்."

"சரி.. படத்தில் இருக்கிற இந்த ரெண்டு ஆண்கள் யாரு? அவங்களுக்கும் கயல்விழிக்கும் என்ன தொடர்பு...?"

"இந்தக் கேள்விக்கான பதிலை போலீஸ்

என்கிட்டே வந்து கேட்டாங்க. எனக்கு என்ன பதிலைச் சொல்றதுன்னே தெரியலை... கயல்விழி ஏதாவது ஒரு தப்பான வழியில் போயிருப்பாளோன்னு என் மனசுக்குள்ளே ஒரு பயம்..."

"இல்ல டாக்டர். கயல்விழி அப்படிப்பட்ட பெண் கிடையாது. எனக்கு அவளைப் பத்தி நல்லாத் தெரியும்"

தாரிணி சொல்ல, சரவணப்பெருமாள் தலையசைத்தார்.

"இந்தக் காலத்தில் யாரையும் நம்ப முடியலை.. கயல்விழி தப்பு பண்ணாதவளா இருந்திருந்தால் இந்நேரம் அவ எனக்கு போன் பண்ணி, பேசி யிருப்பாளே? பெத்தவங்க அவளுக்கு ரெண்டாம் பட்சமா போயிட்டாங்க..."

சிறிது நேரம் மௌனமாய் இருந்த தாரிணி பிறகு மெல்லிய குரலில் கேட்டாள்.

"டாக்டர்! கயல்விழியைக் கொஞ்ச நேரத்துக்கு மறந்துட்டு, யமுனாவைப் பத்தி பேசலாம். கயல்விழி இப்போ உயிரோட இருக்கிறதால யமுனாவுக்கு முகமாற்று ஆப்ரேஷன் பண்ண முடியாதே...!"

"எப்படி பண்ண முடியும்? இனிமே அதைப் பத்தி பேசக்கூட முடியாது."

"அப்படின்னா யமுனாவை அந்த மூணு பருந்துகள்கிட்டேயிருந்து எப்படி காப்பாத்தப் போறோம்?"

"வேற வழி ஏதாவது இருக்கான்னு யோசிக்கணும்."

சரவணப்பெருமாள் சொல்லிக் கொண்டிருக்கும் போதே அவருடைய அலைபேசி அழைத்தது எடுத்து காதுக்குப் பொருத்தினார்.

"ஹலோ..."

ஒரு மணி நேரத்திற்கு முன்பு பார்த்த அந்த ஆஸ்திரேலியா தூதரக அதிகாரி ஜோன்ஸ் பேசினார்.

"டாக்டர்! மறுபடியும் உங்களை தொல்லைப்படுத்த வேண்டியதாகி விட்டது."

"பரவாயில்லை! என்ன? சொல்லுங்க?"

"போட்டோவில் பார்த்த தீவிரவாதிகளுக்கும், உங்க மகள் கயல்விழிக்கும் உள்ள உறவு உறுதிப்படுத்தப்பட்ட நிலையில் முக்கியமான ஒரு செய்தி.."

"என்ன...?"

"சிட்னியில் இருந்து சற்றுமுன் கிடைத்த செய்தி.."

"சொல்லுங்கள்"

"உங்கள் மகள் கயல்விழி இப்போது இந்தியாவில்தான் இருக்கிறாள். அதுவும் இதே சென்னையில்...!"

திவாகரின் வீட்டுக்கு முன்பாய் ஜீப் போய் நின்றது.

பாதுகாப்பு அதிகாரி வில்சன் ஜீப்பில் புன்னகையோடு காத்திருந்தார். அருள்வர்மனும், ராஜேந்திரனும் ஜீப்பிலிருந்து இறங்கி, அவரை நோக்கிப் போனார்கள்.

"என்ன வில்சன்! திவாகர் உயிருக்கு எந்த ஆபத்தும் இல்லையே...?"

வில்சன் சிரித்தார்.

"ஒரு ஆபத்தும் கிடையாது.. மாடியறையில் உட்கார்ந்து தொலைக்காட்சியில் கிரிக்கெட் மேட்ச்,

பார்த்துட்டிருக்கார். நான் இப்பத்தான் மாடிக்குப்போய் அவரைப் பார்த்துட்டு வர்றேன். கட்டுப்பாட்டு அறைக்கு யாரோ போன்பண்ணி ஏமாத்தி இருக்காங்க.”

“திவாகரைப் பார்க்கலாமா...?”

“வாங்க.”

வாசலில் துப்பாக்கிகளோடு காவல் காத்துக் கொண்டிருந்த ஆறு காவலர்களைக் கடந்து, வீட்டுக்குள் போனார்கள்.

“நல்ல வேளையா நாம ஸ்ரீபெரும்புதூர் போகலை.”

“வில்சனுக்கு போன் பண்ணிப் பேசியது நல்லதாப் போச்சு.”

“திவாகர்கிட்டே இந்த விஷயத்தைச் சொன்னீங்களா, வில்சன்?”

“சொன்னேன்.”

“என்ன சொன்னார்...?”

“வாய்விட்டுச் சிரிச்சார்.”

மூன்று பேரும் வீட்டுக்குள் நுழைந்து, படி ஏறி தென்பட்ட மாடியறைக்குள் நுழைந்தார்கள்.

திவாகர் பனியனும், கைலியும் அணிந்து சோஃபாவில் சாய்ந்து உட்கார்ந்து டி.வியில் கிரிக்கெட் பார்த்துக் கொண்டிருந்தான். இந்தியாவிடம் பாகிஸ்தான் தோற்றுக் கொண்டிருந்தது.

பெரிய சிரிப்போடு வரவேற்றான் திவாகர்.

“வாங்க.. உதவி கமிஷனர் சார்.. ஸ்ரீபெரும்புதூர்ல நான் ஏதோ ஒரு புளியமரத்துல தூக்குப் போட்டுத் தொங்கிகிட்டு இருக்கிறதா செய்தி வந்ததாமே...?”

"ஆமா! ஏதோ ஒரு பதட்டத்துல அதை உண்மைன்னு நம்பிட்டோம்..."

"என்ன யாரும் எதுவும் பண்ணமுடியாது சார். என் ஜாதகப்படி எனக்கு வயசு தொண்ணூறுக்கு மேல! நானே தற்கொலை பண்ணிக்க முயற்சி செஞ்சாலும் சரி, சாகமாட்டேனாம்..."

"எப்படியோ.. நீங்க எந்தவித ஆபத்தும் இல்லாம பத்திரமாய் இருக்கிறதை பாத்தா சந்தோஷமா இருக்கு! இருந்தாலும் ரத்தத்துளிகளோடு, ரத்தத்துல எழுதப்பட்ட அந்த 'தி..ல..கா..' கடிதங்களை நாம் அலட்சியம் பண்ண முடியாது. நாம எச்சரிக்கையோடு இருக்க வேண்டியது அவசியம்..."

திவாகர் கோணலாய் சிரித்தான்.

"உதவி கமிஷனர் சார்! இதெல்லாம் யமுனாவோட வெற்று மிரட்டல். அவளை நீங்க சீக்கிரமா கண்டுபிடிக்க முயற்சி பண்ணுங்க."

"எப்படியும் ரெண்டு நாளில் அவளைக் கண்டுபிடிச்சுடுவோம்." இன்ஸ்பெக்டர் ராஜேந்திரன் சொல்லிக் கொண்டிருக்கும்போதே

"டப் டப் டப்" என்று ஒரு சத்தம் கேட்டது.

திவாகர் பெரிய அலறலோடு தன் இடக்கையில் மணிக்கட்டை வலக்கையால் பற்றியிருக்க தோல் பாளம் பாளமாய் வெடித்து, ரத்தம் நாலா பக்கமும் துளித்துளியாய் சிதறியது சின்னச்சின்னதாய் சிவப்புத்துளிகள்.

டி.வி. மேல்...

மேஜை மேல்...

சுவர் மேல்...

அருள்வர்மனும், ராஜேந்திரனும் உறைந்துபோய் பார்த்துக் கொண்டிருக்கும்போதே அந்த பயங்கரம் நிகழ்ந்தது.

திவாகரின் இடதுக்கண் திடீரென்று பிதுங்கி, பெரிதாகி, பிறகு வந்த ஒரு விநாடியில் தெறித்து எதிரில் இருந்த பீரோவில் போய் ஒரு ஐந்துவைப் போல ஒட்டிக்கொண்டது.

20

திவாகர் ஒரு மிருகத்தைப்போல் அலறிக் கொண்டிருக்கும்போதே, அவனுடைய உடம்பு வெடித்து ரத்தத்தைத் தெளித்தது.

போலீஸ் உதவி கமிஷனர் அருள்வர்மன் கத்தினார்.

"ராஜேந்திரன்..! பக்கத்துல டாக்டர் யாராவது இருந்தா போய் கூட்டிட்டு வாங்க.. நான் அதுக்குள்ளே ஆம்புலன்ஸ்க்கு போன் பண்ணிடுறேன்."

இன்ஸ்பெக்டர் ராஜேந்திரன் நாலுகால் பாய்ச்சலில் ஓடினார். தெருமுனையில் ஒரு கிளீனிக் இருந்ததாய் நினைவு, மூச்சுவாங்க ஓடினார்.

'சக்தி க்ளீனிக்' என்ற போர்டு தெரிய டாக்டர் சக்திவேல், நோயாளிகள் இல்லாமல் புத்தகம் படித்தபடி உட்கார்ந்திருந்தார்.

அவரிடம் விஷயத்தைச் சொல்ல, அவரும் பதற்றமாகி மருத்துவ உபகரணங்களை எடுத்துக்கொண்டு ராஜேந்திரனை பின்தொடர்ந்தார்.

இருவரும் வேகநடை போட்டு, இரண்டே நிமிடத்தில் திவாகரின் அறைக்குள் நுழைந்தார்கள்.

அறை முழுவதும் ரத்தம் புள்ளி புள்ளியாய்த்

தெறித்திருக்க, திவாகர் உடல் சிதைந்து அறையின் மையத்தில் மல்லாந்து விழுந்திருந்தான்.

அருள்வர்மனும், வில்சனும் மற்ற பாதுகாப்பு அதிகாரிகளும் அதிர்ந்துபோய், செய்வது அறியாமல் திகைத்து நிற்க டாக்டர் சக்திவேல், ரத்தத் துளிகளை மிதிக்காமல் நடந்துபோய் திவாகருக்குப் பக்கத்தில்போய் குனிந்தார்.

உடம்பின் எல்லா பாகங்களிலிருந்தும் ரத்தம் கோடுகோடாய் வழிந்து உறைந்து போயிருக்க திவாகர் மிகவும் கோரமாய் இறந்து கிடந்தான். வலதுக்கண் பிதுங்கி, வெளியே தொங்கிக் கொண்டிருக்க, பல்வரிசை கிட்டித்துப் போய் தெரிய, நாக்கு அதில் சிக்கி இருந்தது.

இரண்டு கன்னங்களிலும் ஆழமாய் இரத்தக்குழிகள், காதுகளிலிருந்து வழிந்த ரத்தம் யோசித்து யோசித்து தரையில் கொட்டிக் கொண்டிருந்தது.

திவாகரின் நெஞ்சில் கைவைத்து "என்ன.. கொடூரம்?" என்று சொல்லி தலையை உலுக்கிக் கொண்ட டாக்டர், பெருமூச்சொன்றை வெளியேற்றிவிட்டு ராஜேந்திரனை ஏறிட்டார்.

"இது அசாதாரண மரணம். இப்படியொரு மரணத்தை என் அனுபவத்துல பார்த்தது இல்லை. நீங்கள் இவரைப் பார்க்க வந்தப்ப இவரோட உடல்நிலை எப்படி இருந்தது...?"

அருள்வர்மண் சொன்னார் "நல்லாத்தான் இருந்தார்.. டாக்டர். எங்களோட பேசிட்டு இருந்தாரு. திடீருன்னுதான் அவருடைய உடம்புல இந்த மாறுதல் ஏற்பட்டுச்சு. தோலின் மேற்பரப்பு பாளம்பாளமாய் வெடிச்சு, ரத்தம் துளித்துளியாய் சிதறி, ரூம்ல இருக்கற பொருட்கள் மேல விழுந்தது."

"இவர் கடைசியா என்ன சாப்பிட்டார்னு தெரியுமா..?"

"வீட்டில் இருந்த வேலைக்காரனை விசாரிச்சோம். இரண்டு சப்பாத்தியும், ஒரு வாழைப்பழமும் சாப்பிட்டுட்டு அரை டம்ளர் காஃபி குடிச்சதா சொன்னான்."

"திவாகருக்கு இப்படியொரு பயங்கர மரணம் ஏற்பட்டதற்குக் காரணம் அவர் சாப்பிட்ட உணவுல ஏதாவது கடுமையான விஷம் சேர்க்கப்பட்டு இருக்கலாம்...உடலை உடனடியாய் பரிசோதனைக்கு உட்படுத்தினா உண்மை தெரியும்...!"

டாக்டர் சொல்லிவிட்டு அறையிலிருந்து வெளியேறி விட, அருள்வர்மனை ஏறிட்டார் ராஜேந்திரன்.

"சார்.! திவாகரின் உடலை பரிசோதனைக்கு அனுப்புறதுக்கு முன்னாடி, நாம் உடனடியாய் செய்ய வேண்டிய காரியம் ஒண்ணு இருக்கு.."

"என்ன...?"

"தி..ல..கா.. என்ற மூன்று எழுத்துக்களில் 'தி' என்ற எழுத்துக்குரிய திவாகர் இப்போ உயிரோட இல்லை. இப்போ சந்திரசேகர், காயத்திரிதேவி....இந்த ரெண்டு பேருக்கும் உடனடியாய் போன் பண்ணி அவங்களை எச்சரிக்கை செய்யணும்."

"போன் பண்ணுங்க.. அப்படியே கூடுதல் பாதுகாப்புக்கும் ஏற்பாடு பண்ணிடுங்க."

"எஸ்...சார்.." என்ற ராஜேந்திரன், செல்போனைக் கையில் எடுத்துக் கொண்டார்.

மறுநாள் காலை ஆறு மணி.

அறைக்கதவு தட்டப்படும் சத்தம் கேட்டு கண்விழித்த யமுனா, போர்வையை உதறிவிட்டு எழுந்துபோய் கதவின் தாழ்ப்பாளை விலக்கினாள்.

வெளியே வியர்வையும், பதற்றமும் அரும்பிய முகத்தோடு தெரிந்தாள் தாரிணி!

அவள் கையில் அன்றைய நாளிதழ். அவளுக்கு பின்னால் டாக்டர் சரவணப்பெருமாளும், தாரிணியின் கணவர் ராம்பிரசாத்தும் நின்றிருந்தார்கள்.

யமுனா திகைப்போடு அவர்களைப் பார்த்தாள்.

"என்ன.. இவ்வளவு காலைல மூணு பேருமாய் வந்து இருக்கீங்க..? கையில நியூஸ்பேப்பர் வேற இருக்கு..? ஏதாவது முக்கியமான நியூஸா...?"

எதுவும் பேசாமல் 'ஆமாம்' என்பதுபோல் தலையாட்டிய தாரிணி, தன் கையில் இருந்த நாளிதழை யமுனாவிடம் நீட்டினாள். மெல்லிய குரலில் சொன்னாள்.

"யமுனா..! மொதல்ல இந்தச் செய்தியைப் படி..!"

நாளிதழை வாங்கி, அந்த செய்தியின்மேல் பார்வையைப் போட்டாள். செய்தி யமுனாவின் கண்களில் ஒட்டிக் கொண்டது.

வாலிபர் 'மர்ம' மரணம்!

பாளம் பாளமாய்

உடல் வெடிப்பு!

போலீசார் கண்முன் துடிதுடித்து

பலியான பரிதாபம்!

கீழே திவாகரின் புகைப்படம் தெரிய, செய்தி மேற்கொண்டு சிறிய எழுத்துக்களில் ஓடியது. யமுனா

மனம் பதைபதைக்க மனதில் உரக்கப் படித்தாள்.

அவர் பெயர் திவாகர். வயது 31 விளம்பர நிறுவனம் ஒன்றை நடத்தி வந்த இவர், நேற்று போலீசார் அருகில் இருக்கும்போதே அவர்களுடைய கண்முன்னாலே மர்மமான முறையில் உடம்பு சிறிது சிறிதாய் வெடித்து மரணமடைந்தார். அறை முழுவதும் இரத்தத் துளிகள் சிதறின. அந்த கொடுர மரணம் எவ்வாறு நேர்ந்தது என்பதைத் தெரிந்துக்கொள்ள உடல் உடனடியாய் பிரேத பரிசோதனைக்கு அனுப்பி வைக்கப்பட்டது. திவாகரின் உடலை பரிசோதனை செய்த டாக்டர்கள் அவருடைய மரணத்துக்கான காரணத்தை தெரிந்து கொள்ள முடியாமல் திணறினார்கள். விஷ பாதிப்பு காரணமாய் மரணம் ஏற்பட்டு இருக்கலாமோ என்ற கோணத்தில் திவாகரின் செரிமான உறுப்புகளை, சோதனைக் கூடத்துக்கு அனுப்பி ஆய்வு செய்தார்கள். ஆய்வு அறிக்கை திவாகர் விஷம் காரணமாக இறக்கவில்லை என்பதை உறுதியாய் தெரிவித்துவிட்டது.

இரண்டு நாட்களுக்கு முன்பு திவாகருக்கு ரத்தத்தால் எழுதப்பட்ட ஒரு கடிதம் வந்தது. அந்தக் கடிதத்தில் 'தி' என்ற எழுத்து ரத்தத்தில் எழுதப் பட்டிருந்தது. அவருடைய உயிருக்கு ஆபத்து ஏற்படலாம் என்ற எண்ணத்தில் போலீசார் அவருடைய வீட்டுக்கு காவல் இருந்தபோதுதான் இந்த பயங்கரம் நேர்ந்தது.

போலீஸ் உதவி கமிஷனர் அருள்வர்மனும், இன்ஸ்பெக்டர் ராஜேந்திரனும் திவாகருடன் உட்கார்ந்து பேசிக் கொண்டிருக்கும்போதே இந்த விபரீதம் நேர்ந்தது. காவல் துறையையே அதிர்ச்சியடைய வைத்துள்ளது. இந்த சம்பவம் குறித்து நமது நிருபர், போலீஸ் உதவி கமிஷனர் அருள்வர்மனைப் பேட்டி கண்ட விவரம் வருமாறு :

நிருபர் : திவாகர் இவ்வளவு குரூரமாக கொலை செய்யப்பட்டதற்கு காரணம் என்ன என்பதைக் கண்டுபிடித்துவிட்டீர்களா...?

பதில் : காரணம் தெரியாது. ஆனால் கொலையாளி யார் என்பதை ஊகித்துவிட்டோம்.

நிருபர் : யார் அந்த கொலையாளி...?

பதில் : கொலையாளி ஒரு பெண். அவள் பெயர் யமுனா. இந்த யமுனா ஏற்கனவே 'சரளா, சந்தியா' என்ற இரண்டு பெண்களை கொலை செய்துவிட்டு தலைமறைவாக இருப்பவள்.

நிருபர் : இரண்டு பெண்களை கொலை செய்த யமுனா, திவாகரை கொலை செய்வதற்கு என்ன காரணம்?

பதில் : காரணம் தெளிவாக தெரியவில்லை. ஆனால், அந்த யமுனா ஒரு தீவிரவாதக் கும்பலைச் சேர்ந்தவளாய் இருக்கலாம் என்பது எங்களுக்கு கிடைத்த செய்தி.

நாளிதழைப் படித்துக் கொண்டிருந்த யமுனா, கோபப்பார்வையோடு நிமிர்ந்தாள். தாரிணியை ஏறிட்டாள்.

"மேடம்! என்ன ஒரு அபாண்டமான பழி பார்த்தீங்களா..? நான் தீவிரவாதக் கும்பலைச் சேர்ந்தவளாம்..."

தாரிணி அவளுடைய தோள் மீது கை வைத்தாள்.

"இதோ பாரு யமுனா.. உன்னை தீவிரவாதின்னு போலீஸ் சொல்றது பெரிய விஷயம் இல்லை. திவாகர் கொலை செய்யப்பட்ட விவகாரம்தான் இதுல

பெருசு. அதிலும்...கொலை செய்யப்பட்ட விதம் படுபயங்கரமானது. கொலையாளி யாராய் இருக்கும்ன்னு உன்னால யூகம் பண்ண முடியுதா...?”

“முடியலை மேடம்..! ஆனா, ஒரு விஷயம் எனக்குத் தெளிவாத் தெரியுது..”

“என்ன..?”

“என் பிரச்னையைத் தெரிஞ்சுக்கிட்ட யாரோ, எனக்கு ஆதரவா கையில கத்தியோடு களத்தில் குதிச்சிருக்காங்க.”

“அந்த யாரோ யாரு..?”

“அதுதான் யோசனை பண்ணிட்டிருக்கேன்.. மேடம்.”

சந்திரசேகர் வியர்த்து விறுவிறுத்துப் போயிருந்தார்.

எதிரில் உதவி கமிஷனர் அருள்வர்மனும், இன்ஸ்பெக்டர் ராஜேந்திரனும் இறுகிப்போன முகங்களோடு உட்கார்ந்திருந்தார்கள்.

அவருடைய வீட்டுக்கு வெளியே துப்பாக்கி ஏந்திய போலீசார் பாதுகாப்பு பணியில் இருந்தார்கள்.

அருள்வர்மன் மெல்லிய குரலில் சொன்னார்.

“இதோ பாருங்க சந்திரசேகர்..! உங்க உயிருக்கு எந்த ஆபத்தும் வராமே பார்த்துக்க நாங்க இருக்கோம்.. இது மாதிரி நேரங்களில்தான் நீங்க தைரியமா இருக்கணும்..”

சந்திரசேகர் வியர்த்த தன் முகத்தை, கையில் இருந்த கைக்குட்டையால் ஒற்றிக்கொண்டே அருள்வர்மனை சற்று கோபமாய்ப் பார்த்தார்.

"எப்படி சார்.. தைரியமாய் இருக்க முடியும்? திவாகர் எப்படி செத்தான்னு நீங்கதான் பார்த்தீங்களே..! கத்தி இல்லாமே, துப்பாக்கி தோட்டா இல்லாமே அறை முழுக்க இரத்தம் சிதறி செத்துப் போயிருக்கான். அவனோட மரணத்துக்கான காரணத்தை எந்த ஒரு டாக்டராலும் கண்டுபிடிக்க முடியலை. எனக்கும் அந்த ஆபத்து வராதுன்னு என்ன நிச்சயம்..?"

"சார்.. திவாகரோட மரணம் எப்படி நேர்ந்ததுன்னு மும்பை டாக்டர்கள் சென்னை வந்து, ஆராய்ச்சி பண்ணிட்டு இருக்காங்க. எப்படியும் ரெண்டு நாள்ல அந்த கேள்விக்கான பதில் கிடைச்சிடும்."

"அதுவரை நான் உயிரோட இருக்கணுமே...!"

"சார்.. டாக்டர்கள் உங்க உடம்பை ஒரு மணி நேரத்துக்கு ஒரு தடவை சோதனை பண்ணி, போலீஸ்க்கு அறிக்கை கொடுத்துட்டு இருக்காங்க. கடைசியா கொடுத்த அறிக்கைபடி உங்க ஆரோக்கியம் நல்லபடியாவே இருக்கு... திவாகர் பாதுகாப்பைப் பொருத்தவரை அவர் சாப்பிட்ட உணவு விஷயத்தில் போலீசார் அலட்சியமாய் இருந்துட்டாங்க.. ஆனா, இங்கே உங்களுக்கு தரப்படுகிற உணவு, சோதனை செய்யப்பட்ட பின்னாடிதான் உங்களுக்கு வருது.. மனித உரிமை ஆணைய தலைவி காயத்திரிதேவிக்கும் இதே பாதுகாப்பு ஏற்பாடுகள்தான் பண்ணி இருக்கு.."

"அந்த யமுனாவை எப்பத்தான் பிடிப்பீங்க..? ஒரு சாதாரண பொட்டச்சியைப் பிடிக்க முடியாத உங்களால என்னையும், காயத்திரிதேவியையும் எப்படி காப்பாத்த முடியும்..?"

"கோபப்படாதீங்க மிஸ்டர் சந்திரசேகர்..! யமுனாவைக் கண்டுபிடிக்க சென்னை போலீஸ் மொத்தமும் முழுவீச்சில் இயங்கிட்டு இருக்கு...எந்த

விநாடியும் அவ பிடிபடலாம்..."

"இதைத்தான் ரெண்டுநாளா சொல்லிட்டு இருக்கீங்க...! ஆனா அந்த யமுனா எந்தத் திசையில் இருக்காள்ன்னுகூட உங்களால கண்டுபிடிக்க முடியலையே.. ச்சே..!"

சந்திரசேகர் கோபமாய் சொல்லிக்கொண்டு இருக்கும்போதே, அருள்வர்மனின் செல்போன் தன் ஒலியை வெளியிட்டது எடுத்து, அழைப்பது யார் என்று பார்த்தார்.

பாதுகாப்பு படை அதிகாரி வில்சன் பேசினார். அவர் குரலில் அதிக பதற்றம், நடுக்கம்.

"சார்.. நான் வில்சன்...! காயத்திரிதேவி வீட்டிலிருந்து பேசுறேன்."

"சொல்லுங்க.. என்ன விஷயம்...? காயத்ரிதேவி பாதுகாப்பாய் இருக்காங்களா..?"

"ரொம்பவும் பாதுகாப்பாய் இருக்காங்க சார்..."

"வில்சன்! அப்ப உங்க குரலில் ஏன் இவ்வளவு பதற்றம்...? ஏதாவது பிரச்சினையா...?"

"ஆமா.. சார்.."

"என்ன பிரச்சினை..?"

"அஞ்சு நிமிஷத்துக்கு முன்னாடி அந்த 'தி..ல.. கா'கிட்டே இருந்து போன் வந்தது சார்.."

"எ..எ..என்னது..! 'தி..ல..கா'கிட்டே இருந்து போன் வந்ததா..?"

"ஆமா... சார்.."

"அது.. ஆணா, பெண்ணா..?"

"குரலை வெச்சு கண்டுபிடிக்க முடியலை சார்.. அது ஆண் குரல் மாதிரியும் பெண் குரல் மாதிரியும் தெரிஞ்சது... அது ஒரு வித்தியாசமான குரல் சார்.. பேசினது ஒரே ஒரு வாக்கியம்தான்."

"என்ன அது...?"

" 'இன்னும் ஒரு மணி நேரத்துக்குள் சந்திரசேகரையோ, காயத்திரிதேவியையோ பிரேத பரிசோதனை பண்ணவேண்டி இருக்கும்.. அதுக்கான ஏற்பாடுகளைச் சீக்கிரம் கவனியுங்க'ன்னு சொல்லிட்டு ரிசீவரை வெச்சுட்டாங்க... சார்.."

அருள்வர்மனின் கையிலிருந்த செல்போன் மெலிதாய் ஒரு நடுக்கத்துக்கு உட்பட்டது.

21

போலீஸ் உதவி கமிஷனர் அருள்வர்மன் தனக்குள் பரவிய நடுக்கத்தை மறைத்துக்கொண்டு செல்போனில் பேசினார்.

"வில்சன்..! நீங்க அந்த 'தி..ல..கா..'வோட டெலிபோன் மிரட்டலைப் பொருட்படுத்த வேண்டாம். காயத்திரிதேவிக்கு நல்ல பாதுகாப்பு கொடுங்க. இது எல்லாமே அந்த யமுனாவோட வேலைதான்.. நாம கொஞ்சம் ஜாக்கிரதையாக இருந்தா சந்திரசேகரையும், காயத்திரிதேவியையும் காப்பாத்திடலாம்.."

"சார்...! காயத்திரிதேவி ரொம்பவும் மிரண்டு போயிருக்காங்க. பயத்துல காய்ச்சல் வேற வந்துருச்சு. மாத்திரை போட்டும் காய்ச்சல் குறையலை. இந்த சந்தர்ப்பத்துல டாக்டர்கிட்டே கூட்டிட்டுப் போறது சரி யில்லை. அவங்க குடும்ப டாக்டருக்கு போன் பண்ணி வரச்சொல்லலாமா..? நீங்க அனுமதி கொடுத்தா நான் டாக்டருக்கு போன் பண்றேன்..."

"அவங்க குடும்ப டாக்டர் யாரு..?"

"டாக்டர் வாணி.. இருபத்தஞ்சு வருஷம் பழக்கம்."

"சரி.. டாக்டர் வாணிக்கு போன் பண்ணி வரவழையுங்க.. டாக்டரோட வேறு யாரும் வரக்கூடாது.

அவங்க வந்துட்டு போகிற வரை பாதுகாப்பு பணியில் ஈடுபட்டிருக்கிற போலீசார் ரொம்பவும் கவனமாய் இருக்கணும்.”

“எஸ்.. சார்..”

“காயத்திரிதேவியை தைரியமாய் இருக்கச் சொல்லுங்க. நானும் ஒரு மணி நேரத்துல அங்கே வந்து தைரியம் சொல்றேன்.”

அருள்வர்மன் பேசிவிட்டு செல்போனை அணைத்து பாக்கெட்டுக்குள் போட்டுக் கொள்ள, இன்ஸ்பெக்டர் ராஜேந்திரன் பக்கத்தில் வந்து நின்றார்.

“சார்... உங்க முகம் சரியில்லை. ஏதாவது மோசமான செய்தியா?”

“ஆமா..”

“என்ன சார்...?”

“காயத்திரிதேவியோட வீட்டில் பாதுகாப்புப் பணியில் ஈடுபட்டிருக்கிற வில்சனுக்கு அந்த ‘தி..ல.. கா’கிட்டயிருந்து போன் வந்திருக்கு...இன்னும் ஒரு மணி நேரத்துல சந்திரசேகர், காயத்திரிதேவி இவங்க ரெண்டு பேரில் யாராவது ஒருத்தர் உடலாவது பிரேத பரிசோதனைக்கு போக வேண்டியிருக்குமாம்...!”

“பேசினது பெண் குரலா.. ஆண் குரலா சார்...?”

“கண்டுபிடிக்க முடியலைன்னு வில்சன் சொல்றார். ஆண், பெண் ரெண்டும் கலந்த மாதிரியான குரலாம்...”

“சார்.. நடக்கிற சம்பவங்களைப் பார்க்கும்போது அடிவயிறு பூராவும் பகீர்ன்னு இருக்கு.. இதெல்லாம் அந்த யமுனா பண்ற மாதிரி எனக்குத் தோணலை சார்...”

"பின்னே யாரா இருக்கும்னு நினைக்கிறீங்க...?"

"திவாகர் இறந்த விதத்தைப் பார்க்கும்போது அதுல ஒரு விஞ்ஞானம் கலந்து இருக்கிற மாதிரி தெரியுது சார்..."

"என்னது விஞ்ஞானமா...?"

"ஆமா.. சார்..! திவாகரோட உடல் பாளம் பாளமாய் வெடிச்சு உள்உறுப்புகள் சிதறியது சாதாரண கொலையாளிகளால் செய்ய முடியாத ஒண்ணு.. இது. அதிநுட்ப கிரைம்.... உயர் தொழில்நுட்பம் படிச்ச யாரோ ஒருத்தர் திவாகரோட கொலைக்குப் பின்னாடி இருக்காங்க..."

"அது நிச்சயமாய் யமுனாவாய் இருக்க முடியாது. யமுனாதான் கொலையாளி என்கிற கோணத்துக்குள்ளே இருந்தா... அந்த 'யாரோ'வை நம்மால் கண்டுபிடிக்க முடியாது.."

"சரி! இப்ப என்ன பண்ணலாம்ங்கிறீங்க...?"

ராஜேந்திரன் குரலைத் தாழ்த்திக் கொண்டார்.

"சார்..! லட்சுமணதாஸ் என்கிற இந்த சந்திரசேகரும் சரி.. மனித உரிமை ஆணைய தலைவியாய் இருக்கிற காயத்திரிதேவியும் சரி.. அக்கிரமம் என்ற தாய்க்கும், அராஜகம் என்ற தந்தைக்கும் பிறந்தவர்கள், விளம்பர கம்பெனி என்கிற போர்வையில் சந்திரசேகர் எத்தனையோ இளம்பெண்களின் வாழ்க்கையை நாசம் பண்ணி இருக்கார்.. இரண்டு தமிழ் நடிகைகள் தற்கொலை பண்ணி செத்துப்போனதுக்கும் இவர்தான் காரணம். பதினாலு வயசு பொண்ணு ஒருத்தியைக் கடத்திட்டுவந்து, புளுபிலிம் தயாரிச்ச கொடுமையும் இவருடைய கடந்தகாலத்துல உண்டு. அதேமாதிரி காயத்திரிதேவியும்

மனித உரிமை ஆணையம் போர்வையில தன்னை மறைச்சுக்கிட்ட பெரிய மனுஷங்க பண்ணுன தப்புகளையெல்லாம் நியாயப்படுத்தி அவங்களுக்கு எந்தத் தண்டனையும் கிடைக்காமே பார்த்துக்கிட்டாங்க.. இவங்க ரெண்டு பேருக்கும் உதவியாய் இருந்தவன் திவாகர். இத்தனை நாட்களாய் பொறுமை காத்துட்டு வந்த அந்த யாரோ ஒருவர் விஸ்வரூபம் எடுத்து 'தி..ல.. கா..' வா மாறி இருக்காங்க.."

அருள்வர்மன் பெருமூச்சு விட்டார்.

"அந்த 'தி..ல..கா..' கொடுத்த ஒரு மணி நேர கெடுவுல பதினைஞ்சு நிமிஷம் போயாச்சு. இன்னும் நாப்பத்தஞ்சு நிமிஷம் இருக்கு.. இனி வரப்போற ஒவ்வொரு நிமிஷமும் நாம எச்சரிக்கையாய் இருக்கணும் ராஜேந்திரன்."

அவர் பேச்சுக்கு ராஜேந்திரன் தலையாட்டிக் கொண்டிருந்தபோது, காவலர் ஒருவர் பக்கத்தில் வந்து நின்றார்.

"சார்.."

"என்ன..?"

"சந்திரசேகரைப் பார்த்துப் பேசுறதுக்காக வெளிநாட்டு ஆள் ஒருத்தன் வந்திருக்கான்.. பேரு வாரன் ஸ்மித், சந்திரசேகருக்கு ரொம்ப வேண்டியவனாம்."

"யாராய் இருந்தாலும் சரி.. சந்திரசேகர் இன்னிக்குப் பார்க்க முடியாது.. போயிட்டு அடுத்த வாரம் வரச்சொல்லு."

"சொல்லிப் பார்த்துட்டேன் சார்.. ஆள் நகரமாட்டேங்கிறான்.. சந்திரசேகர்கிட்டே என் பேரைச்

சொல்லிப்பாருங்க.. அவரே என்னை வரவேற்க ஓடி வருவாருன்னு சொல்றான். நீங்க எதுக்கும் அவர்கிட்டே ஒரு வார்த்தை கேட்டுடுங்க சார்... பின்னாடி, ஏன் சொல்லலைன்னு கோபப்படப் போறார்.."

ராஜேந்திரன், அருள்வர்மனைப் பார்க்க அவர் தலையசைத்தார். "அதுவும் சரிதான்.. எதுக்கும் சந்திரசேகரை ஒரு வார்த்தை கேட்டுடுங்க. ராஜேந்திரன் பின்னாடி இந்த விபரம் ஒரு பிரச்னையாக ஆயிடக்கூடாது."

ஏ.சியின் ஜில்லிப்பில் கண்களை மூடி படுத்திருந்த சந்திரசேகர், காலடிச்சத்தம் கேட்டு கண்களை மலர்த்தினார்.

ராஜேந்திரன் பக்கத்தில் போய் நின்றார்.

"சார்..?"

"ம்.."

"உங்களைப் பார்த்து பேசுறதுக்காக வாரன் ஸ்மித்ன்னு வெளிநாட்டு ஆள் ஒருத்தர் வந்திருக்கார். அந்தப் பேரில் உங்களுக்கு யாரையாவது தெரியுமா...?"

படுத்திருந்த சந்திரசேகர், முதுகில் சூடுபோட்ட தினுசில் சட்டென்று எழுந்து உட்கார்ந்தார்.

"என்ன பேர் சொன்னீங்க.. வாரன் ஸ்மித்தா..?"

"ஆமா.. சார்.."

"மொதல்ல அவரை உள்ளே விடுங்க.. இன்ஸ்பெக்டர் அவர் என் நெருங்கிய நண்பர்!"

"சார்... வந்து.."

"என்ன..?"

"உங்க உயிருக்கு இப்போ பாதுகாப்பு இல்லாத சூழ்நிலை...இந்த நிலைமையில் யாரையும் நீங்க பார்க்காம இருக்கிறது நல்லது..."

சந்திரசேகர் லேசாய் கோபப்பட்டார்.

"என் எதிரிகள் யாரு.. நண்பர்கள் யாருன்னு எனக்கு நல்லாவே தெரியும். வாரன் ஸ்மித் என் வியாபார நண்பர். ஏதோ முக்கிய விஷயம் இருக்கப் போய்த்தான், ஆஸ்திரேலியாவிலிருந்து அவர் இந்தியாவுக்கு வந்திருக்கார். அவர் என்னை ஒண்ணும் பண்ணிடமாட்டார். தைரியமா அவரை உள்ளே அனுப்பலாம்.."

"சார்..! அவரை உள்ளே அனுமதிக்கிறதா இருந்தா ஒரு நிபந்தனை.."

"என்ன..?"

"அவர் உங்ககூட பேசும்போது நாங்களும் இதே அறையில் இருப்போம்.."

"தாராளமாய் இருங்க... என் வியாபாரம்தான் என்னன்னு உங்களுக்கெல்லாம் வெட்ட வெளிச்சமாய் தெரியுமே..."

அறையைவிட்டு ராஜேந்திரன் வெளியேறி, முன்னால் இருந்த இரண்டு அறைகளைக் கடந்து காம்பவுண்ட் கேட்டை நோக்கிப் போனார்.

வாசலில் அந்த வெளிநாட்டு நபர் நின்றிருந்தான். நாற்பது வயது இருக்கலாம். பழுப்பு கேசம், நீலநிறக் கண்கள், நல்ல உயரத்தில், தாட்டியான உடம்பு.

ராஜேந்திரன் நெருங்கி, உள்ளே வருமாறு ஆங்கிலத்தில் சொல்லிவிட்டு நடந்தார். அவன் பின்தொடர்ந்தான்.

வாரன் ஸ்மித்தை, அருள்வர்மன் சோதனை போட்டபிறகு இருவருமாய் சந்திரசேகரின் அறைக்குள் நுழைந்தார்கள்.

கட்டிலில் உட்கார்ந்திருந்த சந்திரசேகர், விருந்தினரைப் பார்த்து புன்னகைத்துவிட்டு ஆங்கிலத்தில் பேசினார்.

"என்ன ஸ்மித்! எந்த ஒரு தகவலும் இல்லாமல் இந்தியா வருகை..?"

அந்த ஸ்மித், சந்திரசேகருக்குப் பக்கத்தில் வந்து உட்கார்ந்து, தன் பற்களைக் காட்டி சிரித்துக்கொண்டே சொன்னான்.

"ஒரு பிரச்னை.."

"என்ன..?"

"இந்த போலீஸ் அதிகாரிகளுக்கு முன்னால் நான் அதைப் பற்றி பேசலாமா...?"

"தாராளமாய் பேசலாம்.. நம்முடைய வியாபாரத்தைப் பற்றி அவர்களுக்கும் தெரியும்."

"அப்ப பிரச்னை இல்லை." என்று தோள்களைக் குலுக்கியவன், தொடர்ந்து பேச ஆரம்பித்தான்.

"மிஸ்டர் சந்திரசேகர்..! சிட்னியில் ஒரு இந்திய புள்ளிமான் எங்க கைகளில் மாட்டியது. அது எங்கள் பாதுகாப்பில் இருந்தபோது எங்களிடம் மாட்டிக்கொண்ட அதிர்ச்சியால் மூளைக்கோளாறு ஏற்பட்டது. அந்த மூளைக்கோளாறை சரிபண்ண சிகிச்சையளித்துக் கொண்டிருந்தபோது தப்பிவிட்டது. அது இந்தியாவுக்கு வந்து விட்டதாக தகவல். அதைத் தேடித்தான் வந்து இருக்கிறேன். அந்த மானை கண்டுபிடிக்க உங்கள்

உதவி வேண்டும். இதுதான் அந்தப் பெண்மானின் படம்..."

ஸ்மித் சொல்லிக்கொண்டே தன் சட்டைப்பாக்கெட்டில் இருந்து ஒரு புகைப்படத்தை எடுத்து நீட்டினான்.

"மானின் பெயர் கயல்விழி. அப்பா டாக்டர் பெயர் சரவணப்பெருமாள். சரியான முகவரி எனக்குத் தெரியாது...

அருள்வர்மனும், ராஜேந்திரனும் திடுக்கிட்டுப்போய் ஒருவரை ஒருவர் பார்த்துக் கொண்டார்கள்.

காயத்ரிதேவியின் பங்களா.

டாக்டர் வாணி, காயத்திரிதேவியைப் பரிசோதித்துப் பார்த்துவிட்டு பக்கத்தில் நின்றிருந்த வில்சனிடம் திரும்பினார்.

"பயம் காரணமாய்த்தான் இந்தக் காய்ச்சல், மனதை அமைதியாய் வெச்சிருந்தாலே காய்ச்சல் குணமாயிடும்."

வில்சன் பெருமூச்சுவிட்டார்.

"டாக்டர்..! நான் எவ்வளவோ தைரியம் சொல்லிட்டேன். ஆனா, மேடத்தோட பயம் போகலை... திவாகருக்கு ஏற்பட்டதுமாதிரி தனக்கும் அதுமாதிரி கொடூர மரணம் வருமோன்னு பயப்படுறாங்க.. நீங்க மேடத்துக்கு குடும்ப டாக்டர். நீங்கதான் தைரியம் சொல்லணும்.."

டாக்டர் வாணி, ஒரு புன்னகையோடு காயத்திரி தேவியின் தோளைத் தொட்டாள்.

"இதோ பாரு காயத்திரி..! உன் வீட்டைச் சுத்தி

எவ்வளவு போலீஸ் தெரியுமா..? அவங்களுக்குத் தெரியாமே ஒரு ஈ, எறும்பு கூட உள்ளே வந்துட முடியாது. நீ சாப்பிடுற உணவும், குடிக்கிற தண்ணியும் முறைப்படி சோதிக்கப்பட்டு பாதுகாக்கப்பட்டவை. திவாகருக்கு யாரோ விஷ உணவு கொடுத்து இருக்காங்க.. அதுதான் அப்படியொரு கோர மரணம்..."

டாக்டரின் கைகளைப் பற்றிக் கொண்டாள் காயத்திரிதேவி.

"டாக்டர்..! எந்த விநாடி என் உடம்பு வெடிக்குமோ, எனக்குப் பயமா இருக்கு. ஒவ்வொரு விநாடியும் செத்துச்செத்து பொழைச்சிட்டிருக்கேன். என்னை முழுசா ஒரு தடவை பரிசோதனை பண்ணிப் பார்த்துடுங்க டாக்டர்.."

காயத்திரிதேவி சொல்லிக் கொண்டிருக்கும்போதே, கான்ஸ்டபிள் ஒருவர் பதற்ற நடையோடு வில்சனுக்குப் பக்கத்தில் வந்தார்.

"சார்.."

"என்ன..?"

"ஒரு நிமிஷம் என்கூட வாங்க சார்.." சொன்ன அவருடைய உடம்பும், குரலும் ஒரு சேர நடுங்கின.

22

போலீஸ் அதிகாரி வில்சன் திகைப்போடு அந்த கான்ஸ்டபிள் ஏறிட்டார். புருவங்கள் முடிச்சிட்டுக்கொள்ள கேட்டார்.

"என்ன விஷயம்...? சொல்லுங்க..!"

கான்ஸ்டபிள் வியர்த்த முகத்தோடு எச்சில் விழுங்கிவிட்டு, மெல்லிய குரலில் சொன்னார்.

"சார்.. அது.. வந்து.. உங்ககிட்டே கொஞ்சம் தனியா பேசணும்.."

காயத்திரிதேவியையும், வாணியையும் வில்சன் ஏறிட்டார்.

"சாரி.. இப்ப.. வந்துடுறேன்.." சொல்லிவிட்டு, அந்த கான்ஸ்டபிளோடு வீட்டுக்குப் பின்பக்கம் போனார்.

ஆட்கள் யாரும் இல்லாத இடத்துக்குப் போய் நின்றார்கள்.

"சொல்லுங்க.. என்ன விஷயம்..?"

"சார்.. அஞ்சு நிமிஷத்துக்குமுன் என் செல்போனுக்கு ஒரு அழைப்பு வந்தது.. போனில் பேசிய குரல் 'திலகா'ன்னு சொன்னது."

"பெண்ணா..?"

"இல்லை சார்.. அந்தக் குரல் ஆண் குரல் மாதிரியும் இருந்தது. பெண் குரல் மாதிரியும் தெரிந்தது. நான் 'என்ன விஷயம்?'ன்னு கேட்டேன் அதுக்கு. 'அந்த சந்திரசேகருக்கு இன்னும் இருபது நிமிஷம்தான் ஆயுள். வில்சன்கிட்டே சொல்லிடு'ன்னு சொல்லிட்டு, இணைப்பை துண்டிச்சுடுச்சு.."

வில்சன் பதற்றமானார்.

"உங்க செல்போனில் பேசினா நம்பர் வந்து இருக்குமே..."

"வந்தது சார்..! நான் செல்போன் ஆபீஸ்க்கு போன்பண்ணி அந்த நம்பர் யாரோடதுன்னு விசாரிச்சேன். அது பொது தொலைபேசி நம்பர்னு சொன்னாங்க சார்.."

வில்சன் நடுங்கும் கரங்களோடு தன் சட்டைப்பாக்கெட்டில் இருந்த செல்போனை எடுத்து, சந்திரசேகர் வீட்டில் இருந்த இன்ஸ்பெக்டர் ராஜேந்திரனைத் தொடர்பு கொண்டார்.

"ராஜேந்திரன்..! சந்திரசேகர் எப்படி இருக்கார்...?

"நல்லாவே இருக்கார்.."

"பக்கத்தில் டாக்டர் இருக்காரா..?"

"இருக்கார்.."

"அவரை மொதல்ல சந்திரசேகரை பரிசோதனை பண்ணச் சொல்லுங்க."

"ஏன்... என்ன விஷயம்..?"

"கொஞ்ச நேரத்துக்கு முந்தி.. அந்த திலகாகிட்ட இருந்து போன் வந்தது. சந்திரசேகர் இன்னும் இருபது

நிமிஷம்தான் உயிரோடு இருப்பாராம். போன் பண்ணி அஞ்சு நிமிஷமாச்சு.."

"போன் யாருக்கு வந்தது..?"

"இங்கே காவல் பணியில் ஈடுபட்டிருந்த கான்ஸ்டபிள் ஒருத்தருக்கு..!"

"மிஸ்டர் வில்சன்..! இங்கே பாதுகாப்பு ஏற்பாடுகள் பலமான முறையில் இருக்கு. சந்திரசேகருக்கு எந்த ஆபத்தும் வராம நாங்க பார்த்துக்கிறோம்.. நீங்க காயத்திரிதேவியோட பாதுகாப்பு ஏற்பாடுகளில் கவனம் செலுத்துங்க.."

சந்திரசேகரின் பங்களா.

இன்ஸ்பெக்டர் ராஜேந்திரன் செல்போனில் பேசிவிட்டு, அதை அணைத்துக்கொண்டே தனக்குப் பக்கத்தில் நின்றிருந்த போலீஸ் உதவி கமிஷனர் அருள்வர்மனிடம் குரலைத் தாழ்த்தி விஷயத்தைச் சொல்ல.. அவர் முகம் இருண்டார்.

தன் மணிக்கட்டில் கிடந்த கடிகாரத்தைப் பார்த்தார்.

"அப்படீன்னா சந்திரசேகர் இன்னும் பதினைஞ்சு நிமிஷம்தான் உயிரோடு இருப்பாரா...?"

"இது வெறும் மிரட்டலாய் இருக்கலாம் சார்..."

"ஒருவேளை உண்மையாயிட்டா..?"

"எதுக்கும் சந்திரசேகரை டாக்டர் பரிசோதிச்சு பார்த்துடட்டுமே?"

"சரி.. நான் டாக்டரை கூட்டிட்டு வர்றேன். நீங்க சந்திரசேகரோட அறைக்குப் போங்க. ராஜேந்திரன்,

அவர்கிட்ட திலகாவோட போன் பத்தி எதுவும் சொல்லாதீங்க.."

"எஸ் சார்.."

சொன்ன ராஜேந்திரன் வேகமாய் நடந்து, பக்கவாட்டில் இருந்த சந்திரசேகரின் அறைக்குள் நுழைந்தார்.

சந்திரசேகரும், வாரன் ஸ்மித்தும் ஒரு சோஃபாவில் பக்கம்பக்கமாய் உட்கார்ந்து பேசிக்கொண்டிருந்தார்கள்.

ராஜேந்திரனைப் பார்த்ததும், சந்திரசேகர் கேட்டார்.

"என்ன.. ராஜேந்திரன்..! கயல்விழியைத் தேடி என் நண்பர் இந்தியா வந்து இருக்கார். அவருக்கு கயல்விழி கிடைப்பாளா, மாட்டாளா..? கயல்விழியோட அப்பா டாக்டர் சரவணப்பெருமாளை உங்களுக்குத் தெரியும்ன்னு சொன்னீங்க. அவரைப் போய்ப் பார்த்தீங்களா...?"

"இல்ல.. சார்.."

"சார்..! டாக்டர் சரவணப்பெருமாள்கிட்ட எனக்கு அவ்வளவாய் நேரடி பழக்கம் கிடையாது. பூம்புகார் காலனியில் யமுனா தப்பிச்சு ஓடினபோது அவரை விசாரணை பண்ணினேன். அதுக்கப்புறம், அவருடைய வீட்டுக்கு ஒரு தடவை போய் விசாரணை பண்ணினேன். யமுனாவைப் பத்தி அவருக்கு எதுவும் தெரியாததால அதுக்கப்புறம் அவர்கிட்டே போகலை.."

"யமுனாவைவிட இப்போது கயல்விழி முக்கியம். அவளை எப்படியும் கண்டுபிடிச்சு ஸ்மித்திட்டே ஒப்படைக்கணும்.. உங்களால முடியுமா, முடியாதா...?"

சந்திரசேகர் கோபமாய் குரலை உயர்த்திக் கத்திக்

கொண்டிருக்கும்போதே, உதவி கமிஷனர் அருள்வர்மன், டாக்டருடன் உள்ளே வந்தார்.

"என்ன..?"

"உங்க உடம்பை பரிசோதிக்கணும் சார்.."

"இப்பத்தானே ஒரு மணி நேரத்துக்கு முந்தி எனக்கு எல்லா பரிசோதனையும் பண்ணீங்க.."

"மறுபடியும் ஒரு தடவை பார்த்துடலாம் சார். நாம எச்சரிக்கையாய் இருக்கிறது ஒண்ணும் தப்பில்லையே..."

"சார்..! பயப்படுறதுக்கும் ஒரு அளவு இருக்கு... என் நண்பர் ஸ்மித் பக்கத்தில் இருக்கும்போது எனக்கு எந்த ஆபத்தும் வராது.. நீங்க போய் ஓய்வு எடுங்க."

"எங்களுக்கு ஓய்வு முக்கியம் இல்லை சார்.. உங்க உயிருக்கு எந்த ஆபத்தும் வராம பாதுகாப்பு தரவேண்டியது எங்கக் கடமை. உங்களை பரிசோதனை பண்ண டாக்டர் வரும்போது நீங்க எந்த மறுப்பும் சொல்லக்கூடாது."

"சரி..."

சந்திரசேகர் சொல்லிக்கொண்டே பரிசோதனைக்கு தயாராக, அருள்வர்மன் தன் மணிக்கட்டில் இருந்த கடிகாரத்தைப் பார்த்தார்.

திலகாவின் கெடு முடிய இன்னும் பத்து நிமிடம் இருந்தது.

டி.வியில் செய்திகள் போய்க்கொண்டிருக்க, எதிரே நாற்காலிகளில் சரவணப்பெருமாள், யமுனா உட்கார்ந்து பார்த்துக்கொண்டிருந்தார்கள்.

"போலீஸ்க்கு அந்தத் திலகா யார் என்பதில் ஒரு பெரிய குழப்பம் ஏற்பட்டுள்ளது. திவாகர் மர்மமான முறையில் இறந்துவிட்ட நிலையில் தங்களுக்கும் அதே கதி ஏற்படுமோ என்ற பயத்தில் பிரபல விளம்பர கம்பெனியின் அதிபர் சந்திரசேகரும், மனித உரிமை ஆணைய தலைவி காயத்திரிதேவியும் போலீஸ் பாதுகாப்பு வளையத்தில் உள்ளனர்.

பத்திரிகை நிருபர்களுக்கு உதவி கமிஷனர் பேட்டியளித்தபோது 'திலகா என்பது ஒரு பெண்ணா, ஆணா என்பதில் சந்தேகம் ஏற்பட்டுள்ளது என்றும், ஒருவேளை யமுனாதான் அந்த திலகாவோ என்ற கோணத்திலும் விசாரணை நடத்தி வருவதாகவும், போலீசாரின் கையில் யமுனா சிக்கினால்தான் உண்மைகள் வெளியே வரும். என்றும் சொன்னார்."

யமுனா டிவி. திரையை இருட்டாக்கிவிட்டு, சரவணப்பெருமாளிடம் திரும்பினாள்.

"பார்த்தீங்களா டாக்டர்..? பழி ஓரிடம், பாவம் ஓரிடம்ன்னு சொல்லுவாங்க. அது எனக்கு நல்லாவே பொருந்துது.."

சரவணப்பெருமாள் நெற்றியைத் தேய்த்தார்.

"இந்த மூணு பேரோட பேர்ல இருக்கற முதல் எழுத்துக்களை எடுத்து திலகாவாக மாறி இருக்கறது ஆணோ, பொண்ணோ.. எனக்குத் தெரியாது. ஆனா, நிச்சயம் நமக்கு வேண்டிய ஆள்தான்..."

"யாராய் இருக்கலாம்ன்னு யோசிச்சு பார்த்தீங்களா டாக்டர்...?"

"யோசிச்சு யோசிச்சு களைச்சு போயிட்டேன். யமுனா.. உனக்கு யார் மேலாவது சந்தேகம் வருதா..?"

"டாக்டர்..! என் சந்தேகத்தை சொன்னா உங்களுக்கு கோபம் வராதே..?"

"இல்லை.. நீ தாராளமா உன் சந்தேகத்தைச் சொல்லலாம்.. நாம் மனம்விட்டுப் பேசினால்தானே உண்மைகள் வெளியே வரும்..!"

யமுனா தயங்கிவிட்டுச் சொன்னாள்.

"டாக்டர்..! உங்க நண்பர் ராம்பிரசாத்தோட மனைவி தாரிணி மேடம் மேல எனக்கொரு சந்தேகம்.."

"தாரிணி மேல் சந்தேகமா..?"

"ஆமாம்.."

"எதனாலே..?"

"உங்க மகள் கயல்விழி முகம் மாதிரியே என் முகத்தை மாத்தற அறுவை சிகிச்சை செய்யற யோசனையை அவங்க சொன்னப்ப, கூடவே ஒரு திட்டத்தையும் சொன்னாங்க.. அவங்க சொன்ன திட்டம். இதுதான்.. எனக்கு அறுவை சிகிச்சை செய்யப்பட்டு, நான் கயல்விழியாய் மாறினதும் திவாகர், சந்திரசேகர், காயத்திரிதேவி இந்த மூன்று பேரையும் பழிவாங்க உதவி பண்ணறதாய் தாரிணி மேடம் சொன்னாங்க. கயல்விழி உயிரோட இருக்கிறது தெரிஞ்சதும், முகமாற்று அறுவை திட்டத்தை நாம் கைவிட்டு விட்டோம். ஆனா.."

சரவணப்பெருமாள் புன்னகைத்தார்.

"புரியுது..! நீ என்ன சொல்ல வர்றேன்னு எனக்குப் புரியுதும்மா.. முகமாற்று அறுவை திட்டத்தை நாம கைவிட்டுட்டாலும், தாரிணி அந்தப் பழிவாங்கற படலத்தை கைவிடலைன்னுதானே சொல்ல வர்றே..?"

"ஆமா டாக்டர்.."

"இதோ பாரும்மா..! தாரிணிக்கு இந்தச் சமுதாயத்தின்மேல் நிறைய கோபம் இருக்கு.. 'நான் மட்டும் உயர்ந்த பதவியில் ஒரு மாசம் இருந்தா போதும், யார் லஞ்சம் வாங்கினாலும் சரி.. அவங்க கைவிரல்களை அதே இடத்தில் வெட்டும்படியாய் உத்தரவு போடுவேன். பெண்களுக்கு எதிரான கொடுமைகளை யார் பண்ணினாலும் சரி. அவங்களுக்கு உடனடியாய் பத்து ஆண்டு சிறை. சிறைச்சாலையில் ஒருவேளைதான் சாப்பாடு.' இதுமாதிரி தாரிணி கோபப்பட்டு பேசுறதை அடிக்கடி கேட்டவன் நான்.. அதனால், தாரிணி பேசினதை தீவிரமாய் நீ எடுத்துக்க வேண்டாம்... யமுனா.."

சரவணப்பெருமாள் பேசிக் கொண்டிருக்கும்போதே அவருக்கு முன்னால் டீப்பாயின்மேல் இருந்த போன் அழைத்தது.

ரிஸீவரை எடுத்தார் அவர்.

"ஹலோ.."

மறுமுனையில் அந்த வித்தியாசமான குரல் கேட்டது.

"டாக்டர் சரவணப்பெருமாளா பேசுறது?"

"ஆமா.. நீங்க..?"

"தி..ல..கா.."

சந்திரசேகருக்கு பரிசோதனைகளை செய்து முடித்த டாக்டர், ஒரு புன்னகையுடன் அருள்வர்மனை ஏறிட்டார்.

"மிஸ்டர் சந்திரசேகரின் ரத்த அழுத்தம், இதயத்துடிப்பு மற்ற உறுப்புகளின் இயக்கங்கள்

எல்லாமே சிறப்பா இருக்கு. அவர் நூறு சதவீத ஆரோக்கியத்தோடு இருக்கார்!"

"நன்றி டாக்டர்.."

டாக்டர் வெளியேறியதும், அருள்வர்மன் தன் கடிகாரத்தில் நேரம் பார்த்தார்.

திலகா விதித்த கெடு முடிய இன்னும் இரண்டு நிமிடங்கள் இருந்தது.

ஆமாம். 120 விநாடி.

விநாடிகள் வேகமாய் வீழ்ந்து கொண்டிருக்க, அருள்வர்மனும்.. ராஜேந்திரனும் கலவரமாய் ஒருவரை ஒருவர் பார்த்துக் கொண்டார்கள்.

23

போலீஸ் உதவி கமிஷனர் அருள்வர்மனும், இன்ஸ்பெக்டர் ராஜேந்திரனும் விழிகளை இமைக்காமல் சந்திரசேகரையே பார்த்தார்கள்.

'கெடு' முடிய இன்னமும் ஒரு நிமிட நேரம் இருந்தது.

சந்திரசேகர் உற்சாகச்சூழலில் ஸ்மித்தோடு பேசிக் கொண்டிருந்தார்.

"ஸ்மித்! அந்தக் கயல்விழியைப் பற்றிய கவலையே வேண்டாம். போலீஸ் முழுக்க என் கையில்...கயல்விழி ஒருவேளை சென்னையில் இருந்து அவள் எந்த போலீஸ் ஸ்டேஷனுக்குப் போய் தகவல் சொன்னாலும் சரி, புகார் கொடுத்தாலும் சரி. அடுத்த நிமிஷம் அது உதவி கமிஷனர் அருள்வர்மனின் காதுக்கு வந்துடும்."

ஸ்மித் பொருமினார்.

"அந்தக் கயல்விழி எனக்கு உயிரோடதான் கிடைக்கணும்ங்கிற அவசியமில்லை."

"பதற்றப்படாதே! அவளை உயிரோடு கொண்டு வந்துடலாம். நம் கையில் சிக்கிய எந்த ஒரு கிளியும் இதுவரை தப்பித்துப் போனதாய் சரித்திரமில்லை..

இரண்டு நாளைக்கு கண்ணாமூச்சி காட்டும். அவ்வளவுதான்! கயல்விழி என்கிற கிளியும், யமுனா என்கிற மைனாவும் ரொம்ப சீக்கிரத்தில் நம் தோள் மேல் உட்கார்ந்துட்டிருக்கும்.. இதுதவிர..''

சந்திரசேகர் பேசிக் கொண்டிருக்கும்போதே, அவருடைய முகம் சட்டென்று வியர்த்தது.

லேசாய் திகைத்தார்.

ஏ.சி இயங்கிக் கொண்டிருக்கும்போது முகம் எப்படி வியர்க்கும்? இன்ஸ்பெக்டரிடம் திரும்பினார்.

''ராஜேந்திரன்..''

''சார்..''

''ஏ.சி முழுவேகத்தில் இல்லையோ...''

''அது முழுவேகத்தில்தான் சார் இருக்கு!''

''பின்னே ஏன் எனக்கு இப்படி வியர்க்குது?'' சொல்லிக்கொண்டே பக்கத்தில் வைத்திருந்த வெள்ளைநிறத் துண்டை எடுத்து, வியர்த்துப் போயிருந்த முகத்தை ஒற்றி எடுத்தவர் திடுக்கிட்டார்.

வெள்ளைத்துண்டு முழுவதும் புள்ளி புள்ளியாய் இரத்தம். கழுத்தில் பிசுபிசுத்த வியர்வையை இடக்கை ஆட்காட்டி விரலால் தொட்டுப் பார்த்தார்.

அதுவும் இரத்தம்.

டாக்டர் சரவணப்பெருமாள் தொலைபேசி ரிஸீவரை காதோடு ஒட்டவைத்துக்கொண்டு, நடுக்கமான குரலில் கேட்டார்.

''தி..திலகா..வா?''

மறுமுனையில் குரல் சிரித்தது.

"திலகாவேதான்!"

"நீ... நீ.. யாரும்மா?"

"என்னது அம்மாவா? நான் ஒரு பொண்ணுன்னு உங்களுக்கு யார் சொன்னது? நான் பொண்ணில்லைன்னு சொன்னதுமே ஆண்ன்னு நினைச்சுடாதீங்க. நான் ஆணும் கிடையாது. என் பேர் கொஞ்ச நாளைக்கு மட்டும் திலகா! அவ்வளவுதான் அதுக்கப்புறம் இன்னொரு பேரை வைச்சுக்குவேன்! சரியா டாக்டர்? நான் இப்ப எதுக்காக உங்களுக்கு போன் பண்ணினேன் தெரியுமா?"

"சொ.. சொல்லு.."

"உங்க மகள் கயல்விழி உயிரோட இருக்கிற விஷயம் உங்களுக்குத் தெரியுமா...தெரியாதா?

"தெரியும்..."

"உங்க பொண்ணு கயல்விழி ஒரு தீவிரவாத கும்பலோடு தொடர்பு வைத்து இருக்கிறதாய் ஆஸ்திரேலியா தூதரகத்தைச் சேர்ந்த அதிகாரி சொல்லி இருப்பாரே..."

"ஆமா."

"அது பொய்! பெண்களை பாலியல் பலாத்காரம் செய்து, அதை நீலப்படங்களாய் தயாரிக்கிற சென்னையில் இருக்கிற ஒரு சர்வதேச விளம்பர கம்பெனிக்கும், வெளிநாடுகளில் இருக்கிற சில சமூகவிரோத கும்பல்களுக்கும் ரகசிய தொடர்பு உண்டு. ஆஸ்திரேலியாவில் படிக்கப்போன உங்க பெண் கயல்விழியை அங்கே இருக்கிற ஒரு கும்பல் கடத்திட்டு போனது. அவளோட காரை, அதே கும்பலைச் சேர்ந்த ஒரு இந்தியப் பெண் தன் இருப்பிடத்திற்கு

வேகமாய் ஓட்டிப் போனா... அப்போது விபத்தில் சிக்கி அந்தப் பெண் உருக்குலைந்து போக, சிட்னி போலீசார் அடையாளம் தெரியாத அந்தப் பொண்ணோட சிதைஞ்சுபோன உடலை வைத்து, அவள் கயல்விழினு நினைச்சு உங்களுக்கு தகவல் கொடுத்துட்டாங்க. நடந்தது இதுதான். டாக்டர்.”

“க..க.. கயல்விழி இப்போ எங்கே...?”

“பதட்டப்படாதீங்க டாக்டர்! அவளை அந்தக் கும்பல்கிட்ட இருந்து காப்பாத்தி இந்தியாவுக்கு கூட்டிட்டு வந்தது நான்தான். கயல்விழி ஒரு சமுகவிரோத கும்பலிடம் மாட்டினதால மன அதிர்ச்சிக்கு உள்ளாகி, பிரமை பிடித்த நிலையில் இருக்கா... கயல்விழியை இனிமேலும் என் பொறுப்பில் வைத்துக்கொள்ள முடியாத நிலை. உங்க பொண்ணை நான் சொல்ற இடத்துக்கு வந்து கூட்டிட்டுப் போறீங்களா?”

“எ.. எங்கே.. வரணும். சொல்லு..?”

“திருவேற்காடு கோவில் மண்டபத்தில் உங்க பொண்ணை ஒரு தூணுக்குப் பின்னாடி உட்கார வைச்சிருக்கேன். நீங்க வந்து கூட்டிட்டுப் போகிற வரை என் பார்வை அவ மேல இருக்கும். நீங்க உடனே புறப்பட்டு வாங்க.”

“இதோ.. புறப்படுறேன்.”

சரவணப்பெருமாள் ரிஸீவரை வைத்துவிட்டு, பக்கத்தில் நின்றிருந்த யமுனாவிடம் திரும்பி விஷயத்தைச் சொல்ல, அவளிடமும் பதற்றம் தொற்றிக்கொண்டது.

“டாக்டர்! குரலை வைச்சு அந்த திலகா ஆணா, பெண்ணாண்ணு கண்டுபிடிக்க முடியலையா...?”

"முடியலை! அது ஒரு வித்தியாசமான குரல்.. ஒரு விநாடி பெண் குரல் மாதிரியும், அடுத்த விநாடியே ஆண் குரல் மாதிரியும் இருக்கு..."

"உங்க பொண்ணு கயல்விழியை மோசடி பேர்வழிகளிடமிருந்து அந்த திலகா காப்பாத்தி இருந்தா, திலகா நிச்சயமாய் ஒரு வெளிநாட்டு பொண்ணாத்தான் இருக்க முடியும் டாக்டர்."

"ஒரு வெளிநாட்டு பெண் இவ்வளவு சரளமாய் தமிழ் பேச முடியாது. யமுனா! இப்போ அந்த திலகா யாருங்கிறது நமக்கு முக்கியமில்லை. திருவேற்காடு கோயில் மண்டபத்தில் இருக்கிற கயல்விழியைக் கூட்டிட்டு வந்துடலாம். புறப்படு யமுனா."

டாக்டர் சொல்லிவிட்டு போர்டிகோவை நோக்கி நடக்க யமுனா ஓடிக் கொண்டிருந்த டி.வியை அணைப்பதற்காக ரிமோட்டை எடுத்தாள்.

அவளின் பார்வை அப்படியே டி.வி. திரைமேல் நிலைத்துப் போயிற்று

"டா..க்..ட..ர்.."

நடந்து கொண்டிருந்த டாக்டர் நின்றார்.

"என்ன யமுனா?"

"டிவியில என்ன நியூஸ் ஓடுதுன்னு பாருங்க..."

சரவணப்பெருமாளின் பார்வை டிவி திரைக்குப்போக, திரையின்கீழே முக்கியச்செய்தி ஓடிக்கொண்டிருந்தது.

திலகாவின்

இரண்டாவது கொடூரக் கொலை!

வியர்வையாய் ரத்தம் கொட்டி, விளம்பரக் கம்பெனி

எம்.டி சந்திரசேகர் போலீசார் கண்முன் மரணம்!

சரவணப்பெருமாளும், யமுனாவும் கலக்கமாய் ஒருவரை ஒருவர் பார்த்துக் கொண்டார்கள்.

போலீஸ் கமிஷனரின் அலுவலகம்.

பத்திரிக்கை, தொலைக்காட்சி, நிருபர்கள் சூழ்ந்து, கமிஷனரை கேள்விகளால் துளைத்துக் கொண்டிருந்தார்கள்.

"யார் அந்த திலகா? ஆணா, பெண்ணா?"

"தெரியலை.."

"குரலை வைத்துக் கண்டுபிடிக்க முடியலையா..."

"முடியலை.. அது ஒரு வித்தியாசமான குரல்! குரலை வேண்டுமென்றே மாற்றிப் பேசுவது தெரிகிறது."

"முதலில் திவாகர், இப்போது சந்திரசேகர், இனி அடுத்தது காயத்திரிதேவியா? காயத்திரிதேவியை அந்தத் திலகாவிடமிருந்து காப்பாற்ற முடியும் என்று நீங்க நினைக்கிறீர்களா...?"

"நிச்சயமா காப்பாற்ற முடியும்."

"உதவி கமிஷனர் அருள்வர்மனின் கண் முன்னாலேயே சந்திரசேகர் ரத்தமாய் வியர்த்து இறந்து போயிருக்கிறார். திவாகரும் அப்படித்தான், தோல் சிறிது சிறிதாய் வெடித்து மரணத்தை தழுவினார். அந்த மரணமும் போலீசார் கண் முன்னாலே நிகழ்ந்தது. நிலைமை இப்படி இருக்கும்போது காயத்திரிதேவியை மட்டும் உங்களால் எப்படி காப்பாற்ற முடியும்...?"

"காயத்திரிதேவியின் உயிருக்கு ஆபத்து

ஏற்படாமல், அந்த திலகாவைப் பிடித்துவிடுவோம்.”

“அந்தத் திலகா ஆணா.. பெண்ணா என்பதே உங்களுக்குத் தெரியாத நிலையில் எப்படி கண்டுபிடிப்பீங்க...?”

“திவாகர், சந்திரசேகர் இந்த இரண்டு பேரின் கொடூர மரணங்களுக்குப் பின்னால் ஒரு பெண் இருக்கலாம் என்பது என் கணிப்பு. அவளைக் கண்டுபிடித்துவிட்டால், இதற்குமுன் நீங்க கேட்ட எல்லாக் கேள்விக்கும் பதில் கிடைத்துவிடும்...”

“யார் அந்தப் பெண் சார்...?”

“ஏற்கனவே சொன்னதுபோல்...யமுனா.”

“ஒரு பெண்ணால் இவ்வளவு கொடூர கொலைகளைச் செய்ய முடியுமா?”

“பெண் என்பவள் உடலளவில் பலகீனமானவள்தான். ஆனால், பழிவாங்க வேண்டும் என்ற எண்ணம் வந்துவிட்டால், அவளைப் போன்ற தைரியசாலி இருக்க முடியாது.”

“அந்த யமுனா கிடைப்பாளா...?”

“அவளுக்காக எல்லாப் பக்கமும் வலை விரித்துள்ளோம். கண்டிப்பாக மாட்டுவாள்.”

“அடுத்தக்கட்ட நடவடிக்கை என்ன சார்...?”

“காயத்திரிதேவியை எப்பாடு பட்டாவது காப்பாற்றுவது!”

கமிஷனர் சொல்லிவிட்டு எழுந்து, தன் அறையை நோக்கிப்போக எதிரில் அருள்வர்மனும், இன்ஸ்பெக்டர் ராஜேந்திரனும் வந்தார்கள். சல்யூட் அடித்துவிட்டு தளர்ந்து நின்றவர்களிடம் கமிஷனர் கேட்டார்.

"அந்த திலகாவிடமிருந்து ஏதாவது போன் வந்ததா...?"

"வரலை சார்."

"மிஸ்டர் அருள்வர்மன்! எக்காரணத்தைக் கொண்டும் காயத்திரிதேவியை நாம இழந்துடக்கூடாது. அப்படி நாம இழந்துட்டா இந்த காக்கி சட்டையைக் கழட்டி போட்டுட்டு, தள்ளுவண்டியில எதையாவது வைச்சு விக்கப் போயிடலாம்.. அந்தத் திலகாவைப் பிடிக்கிறவரை நீங்கள் காயத்திரிதேவியின் வீட்டை விட்டு ஒரு இன்ச்கூட அசையக் கூடாது."

"இப்போ.. அங்கேதான் புறப்பட்டுகிட்டு இருக்கோம் சார்."

"அப்புறம்.." என்றவர் சுற்றும்முற்றும் பார்த்துவிட்டு, குரலைத் தாழ்த்திக்கொண்டார்.

"சந்திரசேகரின் வெளிநாட்டு நண்பர் ஸ்மித் சொன்ன கயல்வழியைப் பத்தி டாக்டர் சரவணப்பெருமாள்கிட்டே விசாரணை பண்ணிப் பார்த்தீங்களா?"

ராஜேந்திரன் அதே தாழ்ந்த குரலில் சொன்னார்.

"சார்! டாக்டர் சரவணப்பெருமாள் வீட்டுக்கு நான் ரெண்டு தடவை போயிருந்தேன். வீடு பூட்டியிருந்தது. பக்கத்து வீடுகளில் விசாரிச்சேன்... யாருக்கும் எந்த விபரமும் தெரியலை... அந்த வீட்டைக் கண்காணிக்க ஒரு கான்ஸ்டபிளைப் போட்டிருக்கேன். எந்த நிமிஷமும் தகவல் வரலாம் சார்."

"சரி.. இன்னொரு முக்கியமான விஷயம்! திவாகர், சந்திரசேகர் ரெண்டு பேரும் என்ன காரணத்துக்காக கொலை செய்யப்பட்டாங்கன்னு உங்களுக்குத் தெரியும். எனக்கும் தெரியும். ஆனால், பொதுமக்களுக்கும்,

பத்திரிகைகாரங்களுக்கும் தெரியாது. அந்தக் காரணம் வெளியே தெரிய வரும்போது அவங்க கொலை செய்யப்பட்டது நியாயம்தான் என்ற எண்ணம்தான் எல்லோருக்கும் வரும். அதுக்கு நாம வழிவிடக்கூடாது. யமுனாவை ஒரு கொலைக் குற்றவாளியாகவே தொடர்ந்து காட்டிட்டு வரணும்.''

''எங்களுக்கு அது தெரியாதா சார்? எந்த ஒரு விஷயமும் வெளியே கசியாம நாங்க பார்த்துக்கிறோம்.''

சல்யூட் அடித்துவிட்டுப் புறப்பட்டார்கள்.

போலீஸாரின் இறுக்கமான பாதுகாப்பில் இருந்த காயத்திரிதேவியின் அறைக்குள் அருள்வர்மனும், ராஜேந்திரனும் நுழைந்தபோது, அவள் குளிக்க கிளம்பிக் கொண்டிருந்தாள்.

''ஒரு பத்து நிமிஷம் இருங்க...குளிச்சிட்டு வந்துடுறேன்.''

''மேடம்! பாதுகாப்பு ஏற்பாடுகள் உங்களுக்கு திருப்தியாய் இருக்கா?''

''திருப்திதான்! இருந்தாலும் அடிமனசுக்குள் ஒரு பயம் நொண்டியடிச்சுகிட்டே இருக்கு.. எந்த நிமிஷமும் என் உடம்பில் இருக்கிற ரத்தமெல்லாம் வெளியே வருமோன்னு பயமா இருக்கு..''

''தைரியமா இருங்க மேடம்.. கொலையாளியை எப்படியும் சில மணி நேரங்களில் மடக்கிடுவோம்.. அதுக்கான ஏற்பாடுகளை போலீஸ் கமிஷனர் பண்ணிட்டிருக்கார்.''

''ரொம்ப நல்லது. நான் குளிச்சிட்டு வந்துடுறேன். அப்புறமாய் பேசுவோம்.'' சொல்லிவிட்டு அந்த அறையின் மூலையிலிருந்த குளியலறைக்குள் காயத்திரிதேவி நுழைந்தாள்.

கதவைச் சாத்தி, தாழிட்டுக் கொண்டாள்.

வெந்நீர் குழாயைத் திறந்துவிட்டுவிட்டு, தன் இடுப்பில் இருந்த செல்போனை எடுத்தாள். பதற்றமாய் சில எண்களைத் தட்டிவிட்டு, காதுக்குப் பொருத்தி கிசுகிசுப்பான குரலில் பேசினாள்.

"திலகா! நான் காயத்திரிதேவி. குளியலறை யிலிருந்து பேசிட்டிருக்கேன்..."

24

காயத்திரிதேவி செல்போனில் பேசிக் கொண்டிருக்கும்போதே மறுமுனையில் அந்த திலகாவின் சிரிப்பு சத்தம் கேட்டது.

"ரொம்பவும் நன்றி காயத்திரிதேவி.. திவாகரையும், சந்திரசேகரையும் தீர்த்துக்கட்ட நீ எனக்கு பண்ணின உதவியை நான் என்னிக்குமே மறக்கமாட்டேன்.. இன்னிக்கு தமிழ்நாடு பூராவும் அவங்க ரெண்டு பேரோட மரணத்தைப்பத்திதான் ஜனங்க பேசுறாங்க.. மரணம் எப்படி நிகழ்ந்ததுன்னு புரியாமே மருத்துவ உலகமே குழம்பிப் போயிருக்கு.. இப்படியொரு நிலையைத்தான் நான் எதிர்பார்த்தேன்."

காயத்திரிதேவி குரலைத் தாழ்த்திக்கொண்டு செல்போனில் பேச்சைத் தொடர்ந்தாள்.

"இதோ பாரு..! நீ கேட்டபடி உனக்கு நான் உதவி பண்ணி இருக்கேன். இப்பவாவது சொல்லு. நீ யாரு? உன்னோட குரலை வெச்சு நீ ஆணா.. பெண்ணான்னு என்னாலகூட கண்டுபிடிக்க முடியலை."

மறுமுனையில் குரல் சிரித்தது. "நான் யாருங்கிற ஆராய்ச்சி உனக்கு வேண்டாம். நான் நரசிம்ம அவதாரம்

மாதிரி! பெண்களுக்கு எதிரான பாலியல் பலாத்காரங்கள் எங்கயெல்லாம் நடக்குதோ அங்கெல்லாம் எட்டிப் பார்த்து, தட்டிக் கேட்பேன். பெண்ணை எவன் ஒருத்தன் வியாபார பொருளாக்கினாலும் என்னோட கோர்ட்டில் அவனுக்கு மரண தண்டனைதான். அந்த வகையில்தான் திவாகரும், லட்சுமணதாஸ் என்கிற சந்திரசேகரும் தண்டிக்கப்பட்டாங்க. நியாயப்படி பார்த்தா, அரசாங்க ஆஸ்பத்திரியின் சவக்கிடங்கில் பிரேத பரிசோதனைக்காக நீயும் படுத்துட்டிருக்க வேண்டியவதான். திவாகரையும், சந்திரசேகரையும் தீர்த்துக்கட்ட உன் உதவி எனக்கு தேவைப்பட்ட காரணத்தால்தான் உனக்கு உயிர்ப்பிச்சை அளிக்க முடிவு பண்ணினேன். உனக்கு உயிர்ப்பிச்சை கொடுத்துட்டதால தண்டனை கிடையாதுன்னு நினைச்சுடாதே.. உனக்கும் தண்டனை உண்டு..."

"எ..எ..என்ன.. சொன்னே..! எனக்கும் தண்டனையா...?"

"ஆமாம்..தண்டனைதான்..! சட்டபூர்வமான தண்டனை. நீ மனித உரிமை ஆணையத்துக்கு தலைவியாய் இருந்துகிட்டே பெண்களுக்கு எதிராய் எத்தனை அட்டூழியங்கள் பண்ணி இருக்கேன்னு எனக்குத்தான் தெரியும். அதுக்கான தண்டனைகளை நீ அனுபவிக்க வேண்டாமா..?"

"திவாகரையும், சந்திரசேகரையும் தீர்த்துக்கட்ட நான் உனக்கு உதவி பண்ணினதை மறந்துட்டியா...?"

"நான் மறக்கலை..! அதுக்குத்தான் உனக்கு நன்றி சொல்லிட்டேனே..! வேணும்ன்னா இன்னொரு தடவையும் உனக்கு நன்றி சொல்லிடறேன். சட்டம் தற்ற தண்டனைக்கு நீ தயாரா இரு.. இனிமே உனக்கு போன்

பண்ணமாட்டேன். நீயும் பண்ணாதே.. ஏனா, இந்த சிம்கார்டை இன்னும் ரெண்டு நிமிடத்துல அழிச்சிடுவேன். நீ குளியலறையைவிட்டு வெளியே போகும்போது சி.பி.ஜ. உனக்காக காத்திருக்கும்..''

மறுமுனையில் பேச்சு நின்றுபோக.. காயத்திரிதேவி பதற்றமும், அவசரமுமாய் செல்போனை இடுப்பில் மறைத்துக்கொண்டு, குளியலறையில் இருந்து வெளிப்பட்டாள்.

போலீஸ் உதவி கமிஷனர் அருள்வர்மனும், இன்ஸ்பெக்டர் ராஜேந்திரனும் அறை சோஃபாவில் உட்கார்ந்திருந்தார்கள்.

காயத்திரிதேவியைப் பார்த்ததும் எழுந்தார்கள்.

''மேடம்..''

''எ..எ..என்ன..?''

''பாதுகாப்பு ஏற்பாடுகள் உங்களுக்கு திருப்தியாய் இருக்கா..? இந்த ஏற்பாடுகளில் ஏதாவது மாறுதல் செய்யணுமா...''

''இ..இ.. இந்த ஏற்பாடுகள் போதும்.''

அருள்வர்மன் தயக்கத்துடன் காயத்திரிதேவியை ஏறிட்டான்.

''மேடம்! ஏன் ஒரு மாதிரியாய் இருக்கீங்க..? உடம்புக்கு ஏதும் முடியலையா..? மருத்துவக்குழு அடுத்த அறையில்தான் இருக்காங்க.. வரச் சொல்லட்டுமா...?''

''வேண்டாம்..! காலையிலிருந்தே எனக்கு ரத்த அழுத்தம் குறையலே.. ஒரு மாத்திரை போட்டுகிட்டு

ஓய்வு எடுத்தால் போதும்.."

காயத்திரிதேவி சொல்லி முடிக்கவில்லை.

பாதுகாப்பு அதிகாரி வில்சன் சற்றே பதற்றத்தோடு உள்ளேவந்து அருள்வர்மனுக்கு முன்பாய் நின்றார்.

"சார்.."

"என்ன மிஸ்டர் வில்சன்..?"

"சார்..! மேடம் காயத்திரிதேவிகிட்ட ஏதோ விசாரணை பண்ணுறதுக்காக டெல்லியிருந்து சி.பி.ஐ. அதிகாரிகள் வந்திருக்காங்க."

"விசாரணையா..! எதுக்கு?"

"தெரியலை சார்..! உள்ளே அனுமதிக்கட்டுமா... ரொம்ப நேரம் அவங்களை காக்க வைக்க முடியாது.."

"ம்.. அனுப்பி வையுங்க.. சி.பி.ஐ. அதிகாரிகளை தடுத்து நிறுத்துற அதிகாரம் நமக்கு இல்லையே...!"

வில்சன் தலையசைத்துவிட்டு, அறையிலிருந்து வெளியேற காயத்திரிதேவியின் முகத்தில் முத்துமுத்தாய் வியர்வை. கண்களில் கலக்கம். சேலைத்தலைப்பால் முக வியர்வையை ஒற்றிக்கொண்டே அருள்வர்மனை ஏறிட்டாள்.

"மி..மி..மிஸ்டர் அருள்வர்மன்..! நான் அந்த சி.பி.ஐ. அதிகாரிகளைப் பார்க்க விரும்பலை.. அவங்களை அப்படியே திரும்பிப் போகச் சொல்லுங்க.."

"சாரி மேடம்..! அவங்க உங்ககிட்டே ஏதோ விசாரணைக்காக வந்து இருக்காங்க.. சி.பி.ஐ. அதிகாரிகளைக் கட்டுப்படுத்த எந்த அதிகாரமும்

எங்களுக்கு இல்லை.. இன்னும் சொல்லப் போனா, அவங்களுக்கு நாங்க முழு ஒத்துழைப்பு கொடுக்கணும்.."

காயத்திரிதேவி என்ன செய்வது என்று புரியாமல் திகைத்துக்கொண்டு இருக்கும்போது, இளநீலநிற ச°பாரி உடை அணிந்த ஐந்து சி.பி.ஐ. அதிகாரிகள் அந்த அறைக்குள் நுழைந்தார்கள்.

அதிகாரிகளில் ஒருவர் காயத்திரிதேவிக்கு முன்பாய் வந்து நின்று கையில் வைத்திருந்த தாள் ஒன்றை நீட்டினார்.

காயத்திரிதேவி கேட்டாள்.

"என்ன இது..? "

"சர்ச் வாரண்ட் மேடம்"

"எதுக்கு சர்ச் வாரண்ட்..?"

"இந்த வீட்டை சோதனை போடணும்..."

முகம் சிவந்து கோபமானாள் காயத்திரிதேவி.

"எதுக்காக சோதனை போடணும்?"

"மேடம்! எங்களுக்கு தபாலில் ஒரு கடிதம் வந்தது. அந்த கடிதத்தை எழுதியது யார் என்று எங்களுக்குத் தெரியாது. ஆனால் அந்தக் கடிதத்தில் சொல்லப்பட்டிருந்த விஷயங்கள் உங்களுக்கு பாதகமாய் இருந்தன.."

"எ..எ.. எனக்கு பாதகமாய் இருந்ததா...?"

"ஆமா..! திவாகர், சந்திரசேகர் இந்த ரெண்டு பேரும் கொடூரமாய் கொலை செய்யப்பட்டதற்கு நீங்கள்தான் காரணம் என்றும், அவர்களை கொலை செய்ய பயன்படுத்திய 'பிளட் பஸ்டர்ஸ்' என்ற இரசாயன

மாத்திரைகள் உங்கள் வீட்டு சமையலறையில் உப்பு போட்டு வைக்கும் ஒரு கண்ணாடி ஜாடியில் பாலிதீன் பைக்குள் போட்டு வைத்திருப்பதாகவும் அந்தக் கடிதத்தில் சொல்லப்பட்டு இருந்தது. அது உண்மையா, பொய்யான்னு சரிபார்க்க வேண்டியது எங்களுடைய கடமையல்லவா..? அதுக்காகத்தான் இந்த சர்ச் வாரண்ட். நாங்கள் முதலில் உங்க வீட்டு சமையலறையைப் பார்க்க வேண்டும்..." சொல்லிக்கொண்டு அதிகாரிகள் நகர முயல காயத்திரிதேவி குறுக்கே வந்து நின்றாள்.

ஆவேசமாய் கத்தினாள்.

"யாரோ மொட்டைக் கடிதம் எழுதிப் போட்டா அதை உண்மைன்னு நம்பிடறதா..? நான் யாரு.. எப்படிப்பட்ட பதவியில் இருக்கேன்னு உங்களுக்குத் தெரியாதா..?"

"சாரி மேடம்..! சட்டத்துக்கு முன்னாடி எல்லாரும் சமம். உங்க வீட்ல அந்த பிளட் பஸ்டர்ஸ் ரசாயன மாத்திரைகள் இருக்கான்னு பார்க்கணும்."

"இல்லை! இதை நான் அனுமதிக்க முடியாது..."

"உங்க அனுமதி எங்களுக்குத் தேவையில்லை...இந்த சர்ச் வாரண்ட்டை நீங்க மதிக்காதபட்சத்தில் உங்களை கைது பண்ண வேண்டியிருக்கும்..." சொல்லிக்கொண்டே அந்த ஐந்து சி.பி.ஐ. அதிகாரிகளும் உள்ளே இருந்த சமையலறையை நோக்கிப் போனார்கள்.

காயத்திரிதேவி செய்வது அறியாமல் திகைத்துப்போய் கைகளை பிசைந்துகொண்டு நின்றாள்.

சென்னை டி.ஜி.பி. அலுவலகம்.

டி.ஜி.பி. சுந்தரவதனம் தனக்கு முன்பாய் உட்கார்ந்திருந்த டாக்டர் சரவணப்பெருமாளையும், யமுனாவையும் வியப்பாய் பார்த்தார்.

குரலில் கொஞ்சம் கோபத்தைக் கலந்துகொண்டு பேசினார்.

"என்ன டாக்டர்..! இவ்வளவு மோசமான சம்பவங்கள் நடந்திருக்கு.. உடனடியாய் என் கவனத்துக்கு இந்த விஷயங்களை கொண்டு வந்திருக்க வேண்டாமா? சாவகாசமாய் வந்து சொல்லிக்கிட்டு இருக்கீங்களே..?"

சரவணப்பெருமாள் தயக்கத்தோடு குறுக்கிட்டார்.

"சாரி சார்..! போலீஸ் இலாகாவில் இருக்கிற எல்லா முக்கிய அதிகாரிகளும் அந்த சந்திரசேகருக்கு நெருக்கமானவங்கன்னு ஒரு பேச்சு இருந்தது. நீங்களும் ஒருவேளை அவருக்கு ஆதரவாய் செயல்பட்டுட்டா என்ன பண்ணுறதுன்னு பயந்துதான் உங்ககிட்டே நாங்க வரலை. அதுக்கப்புறம் ஒரு பத்திரிகையில் உங்களைப் பற்றி நல்லவிதமா போட்டிருந்தாங்க. படிச்சுட்டு உடனே வந்துட்டோம். இப்ப எல்லாத்தையும் உங்ககிட்டே சொல்லிட்டோம். இனிமேல் சட்டரீதியான நடவடிக்கைகளை எடுக்க வேண்டியது உங்க கடமை சார்.."

"காவல்துறை ஒரு கண்ணியமான துறை. அதில் சில களங்கங்கள் இருப்பது எனக்கும் தெரியும். நீங்கள் சொன்ன போலீஸ் உதவி கமிஷனர் அருள்வர்மனும் மீதும், இன்ஸ்பெக்டர் ராஜேந்திரன்மீதும் இலாகா பூர்வமாய் கண்டிப்பாய் நடவடிக்கை எடுப்பேன்.

ஆமா உங்கள் மகள் கயல்விழி இப்போது எப்படி இருக்கிறாள்..?"

"திருவேற்காடு கோவிலில் இருந்த அவளை பத்திரமாய் மீட்டு, ஹாஸ்பிடலில் சேர்த்து சிகிச்சை அளித்ததில் அவளுக்கு சுயஉணர்வு திரும்பிவிட்டது சார். ஆனால் தன்னைக் கடத்தியவர்கள் யார்.. காப்பாற்றியவர் யார் என்பது கயல்விழிக்குத் தெரியவில்லை.."

"உங்கள் பெண் கயல்விழி திருவேற்காடு கோவிலில் இருக்கிறாள் என்ற தகவலைச் சொன்னது அந்த திலகாதானே?"

"ஆமாம் சார்.."

"திலகா ஆணா.. பெண்ணா என்பதில் உங்களுக்கும் குழப்பம்! இல்லையா டாக்டர்..?"

"ஆமாம் சார்.."

டி.ஜி.பி சுந்தரவதனம் கவலையாய் தன் தாடையை தோய்த்தார்.

"புகை நுழைய முடியாத இடத்தில்கூட போலீஸ் நுழைந்துவிடும் என்று சொல்லுவார்கள். ஆனால், அவ்வளவு பாதுகாப்பு இருந்தும், திவாகரும், சந்திரசேகரும் துளித்துளியாய் ரத்தம் சிந்தி செத்தும் போயிருக்கிறார்கள். போலீசார் பார்த்துக் கொண்டிருக்கும்போதே உயிரை விட்டுள்ளார்கள். அவர்கள் கடுமையான குற்றங்கள் செய்தவர்கள். இருந்தாலும் தண்டனை கொடுக்க அந்த திலகா யார்? சட்டத்தை தன்னிச்சையாய் கையில் எடுத்துக்கிறவங்க யாராய் இருந்தாலும் அவங்களும் தண்டனைக்கு உரியவர்களே!"

யமுனா குறுக்கிட்டாள்.

"சார்! எங்களைப் பொறுத்தவரைக்கும் அந்த திலகா ஒரு கடவுள். ஒரு பொண்ணுக்கு பாதுகாப்பு கொடுக்க வேண்டிய காவல்துறை தப்பு செய்யறப்ப, அதைத் தட்டிக் கேட்க வேண்டிய மனித உரிமை ஆணையமும் என்னை வேட்டையாடி அழிக்க நினைச்சப்ப, அந்த திலகாவால்தான் காப்பாத்தப்பட்டேன். அதே மாதிரி, டாக்டர் சரவணப்பெருமாளோட மகள் கயல்விழியை ஒரு வெளிநாட்டு சமூகவிரோத கும்பலிடமிருந்து மீட்டு, இந்தியாவுக்கு பத்திரமாய்க் கொண்டுவந்து சேர்த்ததும், அந்த திலகாதான்! அந்த வகையில் பார்க்கப் போனா திலகா, காக்கி சீருடை அணியாத போலீஸ் அதிகாரி. கறுப்பு அங்கி மாட்டாத நீதிபதி! திவாகர், சந்திரசேகர், காயத்திரிதேவி இந்த மூணு பேரும் மரண தண்டனைக்குரியவர்கள்..."

யமுனா சொல்லிக் கொண்டிருக்கும்போதே, டி.ஜி.பியின் மேஜை மேல் இருந்த டெலிபோன் குரல் கொடுத்தது.

ரிஸீவரை எடுத்தார் டி.ஜி.பி.

மறுமுனையில் ஐ.ஜி. பேசினார்.

"சார்..! காயத்திரிதேவியோட வீட்டுக்குப்போய் சோதனை போடச் டெல்லி சி.பி.ஐ. அதிகாரிகள் அந்த வீட்டு சமையலறையில் ஒரு உப்பு டப்பாவில் மறைத்து வைக்கப்பட்டு இருந்த 'பிளட் பஸ்டர்ஸ்'ன்னு சொல்லப்படற மாத்திரைகளை கண்டு பிடிச்சிருக்காங்க. இது ஒருவகையான ரசாயன ஆயுதம் சார். கடுகளவே உள்ள அந்த ரசாயன மாத்திரைகள்ல ஒண்ணு

வயித்துக்குள்ள போனாலே போதும். குறிப்பிட்ட நேரம் கழிச்சு உடம்புல உள்ள இரத்த நாளங்கள் வெடிச்சு மரணத்தை ஏற்படுத்தும்..."

"அப்படீன்னா அந்தக் கொலைகளைச் செஞ்சது காயத்திரிதேவியா..?"

"காயத்திரிதேவிகிட்டே இது சம்பந்தமா கேள்வி கேட்டப்ப அந்தக் கொலைகளுக்கு தான் காரணமில்லைன்னு சொல்லி இருக்காங்க."

"பின்னே காரணம் யாராம்..?"

"திலகா...!"

டி.ஜி.பி. ஆவேசமானார்.

"திலகா..! திலகா! திலகா..! யார் அந்தத் திலகா...?"

25

போலீஸ் கமிஷனர் அலுவலகத்தில் இருந்த ஒரு பிரத்தியேக லாக்கப்பில் அடைக்கப்பட்டிருந்த காயத்திரிதேவிக்கு முன்பாய் டி.ஜி.பி. சுந்தரவதனம் நின்றிருந்தார்.

அவருக்குப் பின்னால் போலீஸ் கமிஷனர், அடுத்து உதவி கமிஷனர் அருள்வர்மன், இன்ஸ்பெக்டர் ராஜேந்திரன் ஆகியோர் இருண்டுபோன முகங்களோடு தெரிந்தார்கள்.

கொஞ்சம் தள்ளி கம்பீரமாய் சி.பி.ஐ. அதிகாரிகள்.

உடலும், உள்ளமும் சோர்ந்துபோய் தலை குனிந்திருந்த காய்த்திரிதேவியை, ஒரு கடுமையான பார்வை பார்த்தபடி சுந்தரவதனம் பேசினார்.

"மிஸ் காயத்திரிதேவி..! எங்களுக்கு உண்மை வேணும்.. யார் அந்த திலகா..?"

காயத்திரிதேவி பதில் பேசாமல் உட்கார்ந்திருந்தாள்.

"கேள்வி கேட்டது உங்களைத்தான்..! யார் அந்த திலகா..? உண்மையைச் சொல்லிட்டா உங்களுக்கு எந்தவித தொல்லையும் இருக்காது.. இல்லேன்னா, உங்ககிட்டே போலீசார் கடுமையாய் நடந்துக்க வேண்டியிருக்கும்."

எரிச்சலாய் நிமிர்ந்தாள் காயத்திரிதேவி.

"இதோ பாருங்க சார்..! நான் ஏற்கனவே எல்லா உண்மைகளையும் சி.பி.ஐ. அதிகாரிகள்கிட்ட சொல்லிட்டேன். அந்த திலகா யாருன்னு எனக்குத் தெரியாது...போனவாரம் ராத்திரி வேளையில் எனக்கு போன் வந்தது. போனில் பேசினது திலகா. குரல் ஒரு பெண்ணோடது மாதிரியும் இல்லை, ஆணோடது மாதிரியும் தெரியலை. ரெண்டுக்கும் இடைப்பட்டக் குரல். 'நீ யார்..! ஆணா, பெண்ணா?'ன்னு நான் கேட்டேன். அதுக்கு அந்த திலகா நான் ஆணும் கிடையாது. பெண்ணும் கிடையாது. 'அவதாரம்'ன்னு சொல்லி சிரிச்சது. திவாகரிலிருந்து 'தி' சந்திரசேகரின் உண்மையான பெயர் லட்சுமணதாசிலிருந்து 'ல' உன்னோட பெயரான காயத்திரிதேவியிலிருந்து 'கா' இந்த மூணு எழுத்துக்களை ஒண்ணாச் சேர்த்து இப்போதைக்கு 'திலகா'வாய் மாறி இருக்கேன். உங்க மூணு பேருக்கும் மரணதண்டனை கொடுத்த பின்னாடி பெண்களுக்கு எதிரான கொடுமைகளைச் செய்கிற இன்னொரு மூணு பேரை தேர்வுபண்ணி, அவங்க பெயர்களில் உள்ள முதல் எழுத்துகளை ஒண்ணு சேர்த்து, ஒரு புதுப்பேரை வெச்சுக்குவேன். அவங்களையும் பழி தீர்த்தபிறகு இன்னொரு மூணு பேர். என் உடம்பில் உயிர் இருக்கிறவரை இதைத்தான் பண்ணப்போறேன். என்னை போலீஸ் நெருங்காது. அப்படி நெருங்குகிற பட்சத்தில் அவங்களுக்கு என்னோட சாம்பல்தான் கிடைக்கும். அந்த திலகா இப்படி பேசியதும் நான ரொம்பவும் பயந்துட்டேன். 'என்னை ஒண்ணும் பண்ணிடாதே'ன்னு கெஞ்சினேன். அதுக்கு அந்த திலகா 'சரி! உன் உயிருக்கு எந்த ஆபத்தும் வராமே

இருக்கணும்ன்னா நீ எனக்கு ஒரு உதவி பண்ணணும்.. கேட்டுச்சு..! நான் ஒத்துக்கிட்டு 'என்ன உதவி?'ன்னு கேட்டேன். பெண்களுக்கு எதிரான பாலியல் பலாத்கார கொடுமைகளை செய்த திவாகரையும், சந்திரசேகரையும் தீர்த்துக் கட்டணும். அதுக்காக நான் தரப்போற 'பிளட் பஸ்டர்ஸ்' என்கிற ரசாயன மாத்திரைகளை அவங்க குடிக்கிற தண்ணியிலோ, சாப்பிடுற உணவிலோ கலந்துட்டா போதும். அது, ரத்த ஓட்டத்தில் மெல்ல மெல்ல கலந்து, சில டோஸ்க்கு ஏத்த மாதிரி சில மணி நேரங்களுக்கு பின்னாடியோ, சில தினங்களுக்கு பின்னாடியோ பிறகு ரத்தக் குழாய்களையும், உடம்பில இருக்கிற உள்ளுறுப்புகளையும் வெடிக்க வைக்கும். சிலருக்கு மட்டும் வியர்வைத் துளைகள் வழியாக ரத்தம் கசிஞ்சு மரணத்தை உண்டாக்கும்."

காயத்திரிதேவி தொடர்ந்து பேச, சுந்தரவதனம் குறுக்கிட்டார்.

"நீங்க அந்த திலகாவுக்கு உதவி பண்ண ஒத்துக்கிட்டீங்க.. இல்லையா..?"

"ஆமா..! என் உயிரைக் காப்பாத்திக்க எனக்கு வேறு வழி தெரியாததால் ஒத்துக்கிட்டேன்."

"சரி..! அந்த திலகாவிடம் இருந்து உங்களுக்கு பிளட் பஸ்டர்ஸ் இரசாயன மாத்திரைகள் எப்படி கிடைச்சது..?"

"அடுத்த நாளே திலகாகிட்டேயிருந்து எனக்கு போன் வந்தது. 'பிளட் பஸ்டர்ஸ்' மாத்திரைகளை ஒரு சின்ன பாலித்தீன் உறையில் போட்டு எனது பங்களா போர்டிகோவில் உள்ள ஒரு குரோட்டன்ல தொட்டிக்குள் வைச்சு இருக்கிறதா சொன்னதும்

போய் பார்த்தேன்.குரோட்டன்ஸ் தொட்டியில் அந்த மாத்திரைகள் இருக்கற பாலித்தீன்உறை இருந்துச்சு.”

“திவாகருக்கும், சந்திரசேகருக்கும் அதை எப்படி கலந்தீங்க? அவங்க ரெண்டு பேரோட வீட்டுக்கும் போ யிருந்தீங்களா...?”

“இல்லை.. நாலைஞ்சு நாளைக்கு முன்னாடி எங்க மூணு பேருக்கும் ரத்தத்தால் எழுதப்பட்ட ‘தி..ல.. கா.. என்கிற எழுத்துகள் கொண்ட கடிதங்கள் வந்தன. அதைப்பத்தி பேசுறதுக்காக நானும், திவாகரும், சந்திரசேகரோட கம்பெனிக்கு போனோம். அப்போ அந்த பிளெட் பஸ்டர்ஸ் மாத்திரைகளையும் என் கைப்பையில போட்டுக்கிட்டு போயிட்டேன். நான் சந்திரசேகரைப் பார்க்கப்போனப்ப, அவர் ரெஸ்ட்ரூம்ல இருந்தார். அந்த சந்தர்ப்பத்தைப் பயன்படுத்தி, அவர் பயன்படுத்துற குடிதண்ணீர் பாட்டிலில் ரெண்டு மாத்திரைகளைப் போட்டுட்டேன்.”

“அப்ப திவாகர் அங்கே இல்லையா...?”

“இல்லை.. அவர் அறைக்கு வெளியே நின்று செல்போனில் யார்கிட்டேயோ பேசிட்டிருந்தார்...”

“சரி..! திவாகருக்கு எப்படி கலந்தீங்க..?”

“அதுக்கப்புறம் ஒரு மணி நேரம் கழிச்சு நாங்க மூணு பேரும் காஃபி குடிச்சோம். திவாகரோட காஃபி கோப்பையும், என்னோடதும் பக்கத்துல பக்கத்துல இருந்ததால அவரோட காஃபி கோப்பையில் மாத்திரைகளை சுலபமாய் போட முடிஞ்சுது.. திலகா சொன்னமாதிரி அவருக்கு கொஞ்சம் அதிகமா போட்டேன். அவர் கவனிக்கவில்லை.”

"அதை திலகாகிட்டே சொன்னீங்களா...?"

"ஆமாம்.. வீட்டுக்கு வந்ததுமே போன் பண்ணி சொல்லிட்டேன்.."

"அந்த திலகாவோட செல்போன் நம்பர் என்ன?"

சுந்தரவதனம் கேட்ட கேள்விக்கு காயத்திரிதேவி பதில் சொல்லும்முன் உதவி கமிஷனர் அருள்வர்மன் குறுக்கிட்டார்.

"சார்! காயத்திரிதேவி கொடுத்த அந்த செல்போன் நம்பரை பத்தி, விசாரிச்சுப் பார்த்தோம்.. அது போலி முகவரி கொடுத்து வாங்கப்பட்ட சிம்கார்டு சார். அந்த நம்பர்க்கு இப்போ போன் பண்ணினா எந்த பதிலும் இல்லை. அந்த சிம்கார்டு அழிக்கப்பட்டு இருக்கலாம்..!"

டி.ஜி.பி. சுந்தரவதனம் ஒரு பெருமூச்சோடு மறுபடியும் காயத்திரிதேவியிடம் திரும்பினார்.

"மனித உரிமை ஆணைய தலைவியாய் இருக்கிற நீங்க அந்தப் பதவிக்குரிய கவுரவத்தை தராம, ஒரு கொலையாளியாய் மாறி இருக்கறது எனக்கு உண்மை யிலே அதிர்ச்சியா இருக்கு. சட்டம் தரப்போற தண்டனை யிலிருந்து நீங்க தப்பவே முடியாது. அதேமாதிரி காக்கி சீருடைகளை போட்டுக்கிட்டு குற்றவாளிக்கு உறுதுணையாய் இருந்து யமுனாவை பாலியல் பலாத்காரம் செய்ய முயற்சி செஞ்ச உதவி கமிஷனர் அருள்வர்மனையும், இன்ஸ்பெக்டர் ராஜேந்திரனையும் சஸ்பெண்ட் செய்யறேன். திஸ் இஸ் வித் இம்மீடியட் எஃபக்ட்"

சுந்தரவதனம் சொல்லிவிட்டு லாக்கப் அறையில் இருந்து வெளிப்பட்டு வராந்தாவில் நடந்தார்.

வெளியே காத்திருந்த பத்திரிகை தொலைக்காட்சி நிருபர்கள் அவரை கேள்விகளோடு சூழ்ந்து கொண்டார்கள்.

"சார்! காயத்திரிதேவி எல்லா உண்மைகளையும் சொல்லிட்டாங்களா?"

"சொல்லிட்டாங்க.."

"யார் சார் அந்த திலகா..?"

"தெரியலை.."

"அது ஆணா... பெண்ணா..?"

"தெரியலை.."

"அது யமுனாவாய் இருக்கலாம்ன்னு போலீஸ் சந்தேகப்பட்டதே..!"

"அந்த சந்தேகத்தை உருவாக்கியது போலீஸ் உதவி கமிஷனர் அருள்வர்மன்.. அவருக்கு உறுதுணையாய் இருந்தவர் இன்ஸ்பெக்டர் ராஜேந்திரன், இருவரும் சஸ்பெண்டு செய்யப்பட்டிருக்காங்க.."

"சார்! யமுனாவின் தோழி சந்தியாவையும், சந்திரசேகரின் விளம்பர கம்பெனியில் வேலை பார்த்த சரளாவையும் கொலை செய்தது திவாகர்தானே..?"

"இல்லை...! சந்தியா மட்டும் தான் திவாகரால் கொலை செய்யப்பட்டு இருக்கிறாள். சரளா இறந்தது வேறு சில பகையால் இருக்கலாம் என நினைக்கிறோம். விசாரணை வேறு கோணத்தில் நடைப் பெறுகிறது.

திவாகரும், சந்திரசேகரும் விளம்பர கம்பெனி என்கிற போர்வையில் நீலப்படங்களை தயாரித்து

சர்வதேச சந்தைக்கு அனுப்பினார்கள். இந்த கம்பெனியோடு சிங்கப்பூர், மலேசியா, ஆஸ்திரேலியா போன்ற நாடுகளில் உள்ள சமூக விரோத கும்பல்களும் தொடர்பு வைத்திருந்தன. டாக்டர் சரவணப்பெருமாளின் மகள் கயல்விழியை கடத்திய வாரன் ஸ்மித் என்ற நபர் சந்திரசேகரைப் பார்க்க வந்தபோது பிடிபட்டு போலீஸ் காவலில் இருக்கிறான். அவனிடமிருந்து உண்மைகளைக் கறக்க முயற்சி செய்கிறோம். ஒவ்வொரு உண்மையாய் வெளிவந்து கொண்டிருக்கிறது.''

ஒரு மூத்த நிருபர் இடைமறித்தார்.

''சார்..! ஒரு கேள்வி..''

''என்ன..?''

''பெண்களுக்கு எதிரான பாலியல் பலாத்காரம் எங்கெல்லாம் நடைபெற்றதோ அந்த இடங்களில் திலகாவின் பிரவேசம் நடந்திருக்கிறது. சிட்னியில் கயல்விழியை காப்பாற்றி இந்தியாவுக்கு பத்திரமாய் கூட்டி வந்ததும் அந்த திலகாதான். அதேபோல் யமுனாவை திவாகர், சந்திரசேகர், காயத்திரிதேவி என்ற வேட்டை நாய்களிடமிருந்து காப்பாற்றியதும் அந்த திலகாதான். நடந்த சம்பவங்களைப் பார்க்கும்போது அந்த திலகா தமிழ் பேசத்தெரிந்த ஒரு வெளிநாட்டு நபராய் ஏன் இருக்கக் கூடாது..?''

''இருக்கலாம்! அந்த கோணத்திலும் நாங்கள் விசாரணை செய்துகொண்டு இருக்கிறோம்.''

''கயல்விழிக்கு தன்னைக் காப்பாற்றிய நபர் யாரென்று தெரியவில்லையா சார்..?''

''தெரியவில்லை! காப்பாற்றப்படும்போது அவள்

சுயஉணர்வோடு இல்லாததே காரணம்.."

"சார்..! தமிழ்நாட்டில் இருக்கின்ற பெண்கள் அமைப்புகள் எல்லாம் சேர்ந்து பத்திரிகைகளில் அறிக்கை கொடுத்து இருக்கிறார்கள்.. பார்த்தீர்களா சார்?"

"பார்க்கவில்லை.."

நிருபர் ஒருவர் தன் கையில் வைத்திருந்த அந்த பத்திரிகையைப் பிரித்து, அறிக்கையைக் காட்ட டி.ஜி.பி. வாங்கிப் படித்தார்.

வாழ்க...அந்த திலகா!

பெண்களை பாலியல் பலாத்காரத்துக்கு உட்படுத்திய பாவிகளைத் தண்டித்த பத்தாவது அவதாரமே! நீ வாழ்க! நீதித்துறையை, சட்டத்தை சட்டைப்பையில் போட்டுக்கொண்ட சதிகாரர்களை ரத்தம் சிந்த வைத்து, சவங்களாக்கிய சத்தியத்தின் மொத்த உருவமே நீ வாழ்க!

காவல்துறையின் கைகளுக்கு சிக்காமல் உன் கடமையை தொடர்ந்து ஆற்றிட வேண்டும்! நீ பெண் என்று சிலரும், ஆண் என்று சிலரும் சொல்கிறார்கள். நீ ஆணோ.. பெண்ணோ.. எங்களுக்குத் தெரியாது. தெரிந்து கொள்ளவும் விரும்பலை.

ஏனென்றால், தெய்வம் ஆணாக இருந்தால் என்ன.. பெண்ணாக இருந்தால் என்ன? இன்று முதல் உன்னை வணங்கவும் ஆரம்பித்து விட்டோம். நீ காவல் துறையிடம் பிடிபடும் நாள் பெண்களுக்கு கறுப்பு நாளாக இருக்கட்டும்.

இப்படிக்கு

அனைத்து மகளிர் நல அமைப்புகள்.

டி.ஜி.பி. சுந்தரவதனம் அந்த அறிக்கையைப் படித்துவிட்டு, முகம் இறுகிப் போனவராய் நிருபர்களை ஏறிட்டார். குரலை உயர்த்தினார்.

"சட்டத்தை யார் கையில் எடுத்துக் கொண்டாலும் சரி, அதை காவல்துறை வேடிக்கை பார்த்துக்கொண்டு சும்மா இருக்காது. அந்த திலகாவை பிடித்தே தீருவோம்... இது உறுதி..!"

நிருபர்கள் புன்னகைத்தார்கள். அவர் ஆவேசமானார்.

"என்ன சிரிப்பு..?"

"எங்களுக்கு நம்பிக்கை இல்லை சார்..."

சுந்தரவதனம் நிருபர்களை உஷ்ணமாய் முறைத்துவிட்டு, வாசலில் நின்றிருந்த தன் காரை நோக்கிப் போனார்.

ஹாஸ்பிடல் சிறப்பு வார்டில் கயல்விழி அனுமதிக்கப்பட்டிருந்த அந்த அறைக்குள் நுழைந்தார்கள் சரவணப்பெருமாளும், யமுனாவும்.

புத்தகம் ஒன்றைப் படித்துக்கொண்டிருந்த கயல்விழி, ஒரு புன்னகையோடு ஏறிட்டாள்.

யமுனா பக்கத்தில்போய் உட்கார்ந்து, அவளது தோளைத் தொட்டாள். மெல்ல கேட்டாள்.

"உடம்புக்கு இப்போ எப்படி இருக்கு கயல்விழி?"

படித்துக்கொண்டிருந்த புத்தகத்தை மூடி வைத்துவிட்டு சிரித்தாள், கயல்விழி.

"இப்போ.. எனக்கு உடம்பு ரீதியாய் எந்தப் பிரச்னையும் இல்லை. நல்லா சாப்பிட முடியுது. தூங்க முடியுது. களைப்பும் இல்லை! ஆனா, இந்த போலீஸ் ஆபிஸர்ஸோட தொல்லையைத்தான் தாங்க முடியலை.. அடிக்கடி யாராவது ஒருத்தர் வந்து 'அந்த திலகா யாருன்னு ஞாபகம் வந்ததா?'ன்னு கேட்டு நச்சரிக்கிறாங்க.. நான் மனநலம் பாதிக்கப்பட்டு, சுய உணர்வு இல்லாத நேரத்துல திலகாவால் காப்பாத்தப்பட்டேன். அந்த திலகா ஆணா, பெண்ணா... கறுப்பா, சிவப்பான்னே எனக்குத் தெரியாதுன்னு சொன்னாலும் திரும்பத் திரும்ப ஒரே கேள்வியைக் கேட்டுகிட்டு இருக்காங்க! இந்த ஒரு விஷயத்துக்காகவே மறுபடியும் வெளிநாட்டுக்கு ஓடிடலாமான்னு பார்க்கிறேன்." என்றாள்.

அவளை ஒரு புன்னகையோடு, சரவணப்பெருமாள் இடைமறித்தார்.

"வேண்டாம்மா...! இனிமேல் நீ எந்த வெளிநாட்டுக்கும் போக வேண்டாம். நீயும், யமுனாவும் இனிமேல் என்கூடத்தான் இருக்கப் போறீங்க. வீட்டு நிர்வாகத்தை யமுனாவும், ஹாஸ்பிடல் நிர்வாகத்தை நீயும் பார்த்துக்கப் போறீங்க. நானும், உங்க அம்மாவும் இதுநாள்வரை பட்ட கஷ்டங்களை மறந்து, சந்தோஷமா இருக்கப் போறோம்.."

கயல்விழி கேட்டாள். "அம்மா.. இப்போ எப்படி இருக்காங்கப்பா..?"

"படுக்கையில் எழுந்து உட்கார்ந்தாச்சு. ரொம்ப நாளைக்கு அப்புறம் இன்னிக்குக் காலையில் நாலு இட்லி சாப்ட்டுட்டு , ஒரு டம்ளர் பால் குடிச்சா. எனக்கு எவ்வளவு சந்தோசம் தெரியுமாம்மா...!!"

சிரிப்போடு சரவணப்பெருமாள் சொல்லிக் கொண்டிருக்கும்போதே ஒரு நர்ஸ் உள்ளே வந்தாள். கையில் ஒரு பூங்கொத்து கயல்விழியிடம் நீட்டினாள்.

"இது உங்களுக்கு வந்த பூங்கொத்து."

கயல்விழி வாங்கிப் பார்த்தாள்.

பூங்கொத்தின் முனையில் கட்டப்பட்டிருந்த அட்டையில் தட்டச்சு செய்யப்பட்ட ஒரு வாசகம்.

கயல்விழி, நீ விரைவில் குணமாக

என் வளமான வாழ்த்துகள்

அன்புடன்,

திலகா.

வாசகத்தைப் படித்துவிட்டு சரவணப்பெருமாள், யமுனா, கயல்விழி மூன்று பேரும் பதற்றமானார்கள்.

யமுனா கேட்டாள்.

"சிஸ்டர்! இந்த பூங்கொத்தை உங்ககிட்ட கொடுத்தது யாரு..?"

"யாரும் கொண்டு வந்து கொடுக்கலை. வரவேற்பறை மேஜைமேல இருந்தது. எடுத்துப் பார்த்தேன். கயல்விழியோட பேர் இருந்தது கொண்டு வந்தேன்.."

"பூங்கொத்தை வாங்கி வெச்சது யாரு?"

சரவணப்பெருமாள் பதற்றம் தணியாமல் கேட்டார்.

"தெரியலை டாக்டர்.."

"வா.. விசாரிப்போம்..!"

சரவணப்பெருமாள், அந்த நர்ஸை அழைத்துக்கொண்டு வரவேற்பறையை நோக்கிப்போக "நானும் வர்றேன் டாக்டர்..." என்றபடி யமுனாவும் பின்தொடர்ந்தாள்.

அறைவாசலில் இரண்டு நிமிடம் நின்றிருந்த கயல்விழி ஒரு பெருமூச்சோடு தன் கட்டிலில் சாய்ந்தாள்.

அடுத்தகணம், தலையணை பக்கத்தில் இருந்த செல்போன் செல்லமாய் சிணுங்கியது.

அழைப்பது யார் என்ற யோசனையோடு எடுத்து, காதில் பொருத்தினாள் "ஹலோ" என்றாள்.

மறுமுனையில் அந்தக் குரல் சிரிப்போடு கேட்டது.

"என்ன.. கயல்விழி..! நான் அனுப்பி இருந்த பூங்கொத்து வந்து சேர்ந்ததா..?"

குரலைக் கேட்டு திகைத்த கயல்விழி மெல்ல மெல்ல இயல்புக்கு வந்தாள்.

"ஆமாம்.. வந்து சேர்ந்தது. நன்றி...! உன் முகத்தை எனக்குக் காட்டக் கூடாதா, திலகா..?"

"சாரி கயல்விழி...! இனிமேல் என் பெயர் திலகா கிடையாது...கிருபா.."

"கிருபாவா..?"

"ஆமாம்! பெண்களுக்கு எதிரான வன்கொடுமைகளை செய்கிற பட்டியலில் இந்த மூணு பேர் மாட்டி இருக்காங்க. ஒருத்தன் பேர் கிஷோர், இன்னொருத்தன் பேர் ருக்மாந்தகன், மூணாவது பேர்வழியோட பேர் பார்த்திபராஜன். இந்த மூணு பேர்களோட பெயர்களின் முதல் எழுத்துக்களை

ஒண்ணா சேர்த்து படிச்சுப் பாரு.. என்ன வருது..?”

“கி..ரு..பா..!” என்று சொன்ன கயல்விழி கேட்டாள்.

“நீ யாருன்னு என்கிட்டயாவது சொல்லக்கூடாதா...?”

“என்னிக்காவது ஒரு நாள் போலீஸ்ல மாட்டுவேன். அப்ப நீயே தெரிஞ்சுக்கவே...”

“நான் கடவுள்கிட்டே வேண்டிக்கிறேன்...”

“என்னன்னு..?”

“நீ போலீசில் மாட்டிக்கவே கூடாதுன்னு..”

அந்த திலகா.. இல்லை கிருபா இயல்பாக சிரித்தது,செல்போனில் எதிரொலித்தது.

● ● ●

www.ingramcontent.com/pod-product-compliance
Lightning Source LLC
Chambersburg PA
CBHW031535150726

47990CB00001B/180